LUTUING ANDALUSIAN

100 Espanyol Resipe Mula sa Lupain Ng a Libo Lupainscapes

Eva María Peña

Copyright Material ©2024

Lahat ng Karapatan ay Nakalaan

Walang bahagi ng aklat na ito ang maaaring gamitin o ipadala sa anumang anyo o sa anumang paraan nang walang wastong nakasulat na pahintulot ng publisher at may-ari ng copyright, maliban sa mga maikling sipi na ginamit sa isang pagsusuri. Ang aklat na ito ay hindi dapat ituring na kapalit ng medikal, legal, o iba pang propesyonal na payo.

TALAAN NG MGA NILALAMAN

TALAAN NG MGA NILALAMAN 3
PANIMULA 6
ALMUSAL 8
   1. Espanyol Tortilla (Tortilla Española) 9
   2. Churros sa Tsokolate 11
   3. Magdalenas 13
   4. Itlog Sira kasama Jamón 15
   5. Espanyol Spinach at Feta Omelet 17
   6. Espanyol Chicharrónes Kasama Itlog 19
   7. Espanyol Almusal Soufflé 21
   8. Bakasama, Pula Paminta, at Mozzarella Omelette 23
   9. Nag-load ng Espanyol Polenta 25
   10. Pisto kasama Itlog 27
   11. Almusal Bran Muffins 29
   12. Espanyol Almusal Balutin 31
   13. Pan kasama Kamatis (Tinapay ng Kamatis) 33
   14. Dalawang-PatatasEspanyol Hash 35
   15. Espanyol Egg Muffins 37
   16. Palutsina Kulay ng nuwes Magdamag Pagkaing oat 39
   17. Spinach at Itlog pag-aagawan 41
   18. Feta at Kamatis Pag-aagawan 43
   19. Kamatis at Feta Omelette 45
   20. Greek Yogurt na may Matamis at Kulay ng nuwess 47
   21. Espanyol Almusal Mangkok 49
   22. Espanyol Avocado at Kamatis Salad 51
MGA APETIZER 53
   23. Malutong na hipon fritters 54
   24. Mga pinalamanan na kamatis 56
   25. Salt cod fritters na may Aioli 58
   26. Mga croquette ng hipon 61
   27. Malutong na pinalasangna patatas 63
   28. Hipon gambas 65
   29. Tahong vinaigrette 67
   30. Mga paminta na pinalamanan ng bigas 69
   31. Calamari na may rosemary at chilli oil 71
   32. Caprese Pasta Salad 73
   33. Balsamic Bruschetta 75
   34. Kabibi at Kagat ng Ham 77

35. Mga talong na may pulot 79
36. Sausage na niluto sa cingr 81
37. Espanyol beef kebab..83
38. Manchego na may Orange Pangalagaan...85
39. Manok Pintxo 88
40. Limang Pampalasa Churros 90
41. Maanghang na Mais Churros 92

PANGUNAHING PAGKAIN 96

42. Paella Valencian..97
43. Gazpacho Andaluz (Malamig na Kamatis Sabaw)...........................99
44. Espanyol Kanin 101
45. Espanyol patatas salad 103
46. Espanyol Carbonara 105
47. Mga bola-bola sa sarsa ng kamatis 107
48. Puti sitawSabaw...109
49. Fabada Asturiana (Asturian SitawStew) 111
50. Manok Marsala...113
51. Manok Fettuccini Alfpulao...115
52. Diavolo Pagkaing dagat hapunan 117
53. Linguine at Hipon Scampi...119
54. Hipon na may Pesto Krema Sarsa..121
55. Isda at Chorizo Sabaw...123
56. Espanyol na Ratatouille 125
57. Sitawat Chorizo nilagang 127
58. Gazpacho..129
59. Pusit at Bigas..131
60. Nilagang kuneho sa Tomat o...133
61. Hipon na may haras...135

NGSSERT 137

62. Flan ng Leche (Flan ng Espanyol) 138
63. Tarta ng Santiago (Almond Keik) 140
64. Keso Galette kasama si Salami..142
65. Kremay na Ricotta Pie 144
66. Anisette Cookies 146
67. Caramel Flan..148
68. Catalan Krema..150
69. Orange-limon Espanyol krema 152
70. D runken melon 154
71. Isang lmond sorbet 156
72. Espanyol Mansanas torte 158
73. C aramel letseplan 161
74. Espanyol kesokeik..163
75. Espanyol fried letseplan...165

76. Espanyol kulay ng nuwes kendi 168
77. Matamis ed puding 170
78. Espanyol onion torte 172
79. Espanyol pan soufflé 174

MGA INUMAN 176

80. Rum at Luya 177
81. Espanyol Sangria 179
82. Tinto ng verano 181
83. Puti Wine Sangria 183
84. Horchata 185
85. Licor 43 Cuba Libre 187
86. Prutas na Sariwang tubig 189
87. Caipirinha 191
88. Carajillo 193
89. Limon Liqueur 195
90. Sgroppino 197
91. Aperol Spritz 199
92. Gingermore 201
93. Hugo 203
94. Espanyol sariwang prutas frappé 205
95. Espanyol-style na mainit na tsokolate 207
96. Berde Chinotto 209
97. Rose S pritz 211
98. Matamis bee cortado 213
99. Mga mapait na sitrus 215
100. Pisco Sour 217

KONGKLUSYON 219

PANIMULA

Maligayang pagdating sa "Lutuing Andalusian," kung saan namin malalaman ang masaganang culinary heritage ng southern region ng Spain, na kilala sa magkakaibang lupainscape, makulay na kultura, at masarap na cuisine. Sa nakamamanghang mga baybayin nito, matabang kapatagan, at marilag na kabundukan, ang Andalucía ay isang lupain ng mga kaibahan na nakaakit sa mga manlalakbay at mahilig sa pagkain sa loob ng maraming siglo. Sa cookbook na ito, ipinagdiriwang namin ang mga lasa at tradisyon ng Andalusian cuisine na may 100 tunay na mga resipe na nagpapakita ng pagkakaiba-iba ng culinary at pagkamalikhain sa culinary ng rehiyon.

Sa cookbook na ito, magsisimula ka sa isang paglalakbay sa pagluluto sa Andalucía, na tutuklasin ang isang tapiserya ng mga lasa at sangkap na sumasalamin sa mga natatanging kultural na impluwensya at heograpikal na pagkakaiba-iba ng rehiyon. Mula sa ikasamaic na gazpacho at nakakapreskong salmorejo hanggang sa mga masaganang nilagang tulad ng rabo ng toro at tradisyonal na tapa tulad ng gambas al ajillo, ang bawat resipe ay isang pagdiriwang ng Andalusian gastronomy, kung saan ang mga sariwa at napapanahong sangkap ay ginagawang hindi malilimutang mga karanasan sa pagluluto.

Ang pinagkaiba ng " Lutuing Andalusian " ay ang pagbibigay-diin nito sa pagiging tunay at tradisyon. Ang bawat resipe ay masusing sinaliksik at sinubukan upang matiyak na nakukuha nito ang tunay na diwa ng lutuing Andalusian, pinarangalan ang mga siglong lumang diskarte sa pagluluto at mga kumbinasyon ng lasa na naipasa sa mga henerasyon. Isa ka mang batikang kusinero o baguhan sa pagluluto, ang mga resipe na ito ay nag-aalok ng lasa ng masaganang tapiserya ng mga lasa na tumutukoy sa Andalusian gastronomy.

Sa buong cookbook na ito, makakahanap ka ng mga praktikal na tip para sa pagkuha ng mga tunay na sangkap , pag-master ng mahahalagang diskarte sa pagluluto, at paglikha ng mga hindi malilimutang karanasan sa kainan na inspirasyon ng mga lupainscape at tradisyon ng Andalucía. Nagho-host ka man ng isang maligayang pagtitipon kasama ang mga kaibigan o naghahanap lang na i-infuse ang iyong mga pagkain sa mga lasa ng Spain, iniimbitahan ka ng " Lutuing Andalusian " na tikman ang yaman at pagkakaiba-iba ng lutuing Andalusian sa iyong sariling tahanan.

ALMUSAL

1. Espanyol Tortilla (Tortilla Española)

MGA INGPULAIENTS:
- 6 malalaking itlog
- 1 libra (mga 3 medium) na patatas, binalatan at hiniwa ng manipis
- 1 malaking sibuyas, hiniwa ng manipis
- Asin sa panlasa
- Langis ng oliba para sa pagprito

MGA TAGUBILIN:
a) Sa isang malaking kawali, magpainit ng maraming langis ng oliba sa katamtamang init. Idagdag ang patatas at sibuyas, timplahan ng asin, at malumanay na lutuin, paminsan-minsan, hanggang sa lumambot ang patatas ngunit hindi browned, mga 20 mikulay ng nuweso.
b) Sa isang malaking mangkok, talunin ang mga itlog na may isang pakurot ng asin. Alisan ng tubig ang mga patatas at sibuyas mula sa mantika at idagdag ang mga ito sa pinalo na mga itlog, dahan-dahang ihalo ang mga ito.
c) Alisin ang karamihan sa mantika mula sa kawali, mag-iwan lamang ng sapat upang mabalot ang ilalim. Ibalik ang kawali sa katamtamang init at idagdag ang pinaghalong itlog-patatas-sibuyas, ikalat ito nang pantay-pantay.
d) Lutuin ang tortilla hanggang sa maging ginintuang kayumanggi ang ibaba at ang itaas ay nakatakda ngunit bahagyang matunaw, mga 5 mikulay ng nuweso. Maglagay ng malaking plato sa ibabaw ng kawali at maingat na i-flip ang tortilla sa plato, pagkatapos ay i-sling ito pabalik sa kawali upang maluto ang kabilang panig. Magluto ng isa pang 3-5 mikulay ng nuweso hanggang sa ginintuang kayumanggi.
e) Hayaang lumamig ang tortilla ng ilang mikulay ng nuweso bago ihain. Maaari itong tangkilikin nang mainit, sa temperatura ng silid, o malamig.

1. Espanyol Tortilla (Tortilla Española)

MGA INGPULAIENTS:
- 6 malalaking itlog
- 1 libra (mga 3 medium) na patatas, binalatan at hiniwa ng manipis
- 1 malaking sibuyas, hiniwa ng manipis
- Asin sa panlasa
- Langis ng oliba para sa pagprito

MGA TAGUBILIN:
a) Sa isang malaking kawali, magpainit ng maraming langis ng oliba sa katamtamang init. Idagdag ang patatas at sibuyas, timplahan ng asin, at malumanay na lutuin, paminsan-minsan, hanggang sa lumambot ang patatas ngunit hindi browned, mga 20 mikulay ng nuweso.
b) Sa isang malaking mangkok, talunin ang mga itlog na may isang pakurot ng asin. Alisan ng tubig ang mga patatas at sibuyas mula sa mantika at idagdag ang mga ito sa pinalo na mga itlog, dahan-dahang ihalo ang mga ito.
c) Alisin ang karamihan sa mantika mula sa kawali, mag-iwan lamang ng sapat upang mabalot ang ilalim. Ibalik ang kawali sa katamtamang init at idagdag ang pinaghalong itlog-patatas-sibuyas, ikalat ito nang pantay-pantay.
d) Lutuin ang tortilla hanggang sa maging ginintuang kayumanggi ang ibaba at ang itaas ay nakatakda ngunit bahagyang matunaw, mga 5 mikulay ng nuweso. Maglagay ng malaking plato sa ibabaw ng kawali at maingat na i-flip ang tortilla sa plato, pagkatapos ay i-sling ito pabalik sa kawali upang maluto ang kabilang panig. Magluto ng isa pang 3-5 mikulay ng nuweso hanggang sa ginintuang kayumanggi.
e) Hayaang lumamig ang tortilla ng ilang mikulay ng nuweso bago ihain. Maaari itong tangkilikin nang mainit, sa temperatura ng silid, o malamig.

2.Churros sa Tsokolate

MGA INGPULAIENTS:
PARA SA CHURROS:
- 1 tasang tubig
- 1/2 tasa ng mantikilya
- 1/4 kutsarita ng asin
- 1 tasang all-purpose na harina
- 3 itlog
- Langis ng gulay para sa pagprito
- Asukal para sa patong

TSOKOLATE SARSA:
- 1/2 tasa ng dark tsokolate, tinadtad
- 1 tasang gatas
- 1 kutsarang gawgaw
- 2 kutsarang asukal

MGA TAGUBILIN:

a) Sa isang kasirola, pakuluan ang tubig, mantikilya, at asin. Magdagdag ng harina nang sabay-sabay, ihalo nang masigla hanggang sa maging bola ang timpla. Alisin mula sa init at hayaang lumamig nang bahagya.

b) Talunin ang mga itlog sa kuwarta nang paisa-isa, tiyaking ganap na pinagsama ang bawat isa bago idagdag ang susunod.

c) Mag-init ng mantika sa isang ngep fryer o malaking kawali sa 375°F (190°C). Pipe ang mga piraso ng kuwarta sa mantika gamit ang isang pastry bag na nilagyan ng malaking star tip. Iprito hanggang sa ginintuang kayumanggi, pagkatapos ay alisin at alisan ng tubig sa mga tuwalya ng papel. Ihagis sa asukal habang mainit pa.

d) Para sa tsokolate sarsa, ihalo ang maisstarch na may kaunting gatas para maging paste. Init ang natitirang gatas sa isang kasirola na may asukal. Ilagay ang tsokolate at maisstarch paste, whisking hanggang matunaw ang tsokolate at lumapot ang sarsa.

e) Ihain ang mainit na churros kasama ang tsokolate sarsa para isawsaw.

3. Magdalenas

MGA INGPULAIENTS:
- 2/3 tasa ng langis ng oliba o langis ng gulay
- 3/4 tasa ng asukal
- Sarap ng 1 limon
- 3 malalaking itlog
- 1 1/2 tasa ng all-purpose na harina
- 1 1/2 kutsarita ng baking powngr
- 1/4 tasa ng gatas
- Isang kurot ng asin

MGA TAGUBILIN:
a) Painitin muna ang oven sa 375°F (190°C) at lagyan ng mga paper liner ang muffin tin.
b) Sa isang mangkok, haluin ang mantika, asukal, at limon zest. Idagdag ang mga itlog nang paisa-isa, ihalo nang mabuti pagkatapos ng bawat karagdagan.
c) Salain ang harina, baking powngr, at asin sa pinaghalong itlog, na kahalili ng gatas, at tiklupin hanggang sa pagsamahin lamang.
d) Punan ang muffin cups na 3/4 na puno ng batter. Maghurno ng 18-20 mikulay ng nuweso o hanggang sa maging malinis ang kulay ginto at ang isang toothpick na ipinasok sa gitna ay malinis.
e) Ihain ang magdalena na may café kasama leche para sa tradisyonal na Espanyol almusal.

4. Itlog Sira kasama Jamón

MGA INGPULAIENTS:
- 2 malalaking patatas, binalatan at gupitin sa manipis na hiwa o cube
- Langis ng oliba para sa pagprito
- Asin sa panlasa
- 4 na itlog
- 4 na hiwa ng Jamón Serrano o Iberico (Espanyol cupula ham)
- Opsyonal: hiniwang berngng paminta o sibuyas para sa dagdag na lasa

MGA TAGUBILIN:
a) Mag-init ng maraming langis ng oliba sa isang malaking kawali sa katamtamang init. Idagdag ang patatas (at berngng paminta o sibuyas kung gagamitin), timplahan ng asin, at iprito hanggang sa ginintuang at malutong. Alisin at alisan ng tubig sa mga tuwalya ng papel.
b) Sa parehong kawali, bawasan ang mantika hanggang sapat lang para iprito ang mga itlog. Hatiin ang mga itlog sa kawali at iprito ayon sa gusto mo, timplahan ng kaunting asin.
c) Ayusin ang pritong patatas sa isang plato, itaas ang pritong itlog, at pagkatapos ay pilasin ang mga hiwa ng Jamón Serrano o Iberico sa ibabaw. Ang init mula sa mga itlog at patatas ay bahagyang magpapainit sa hamon.
d) Ihain kaagad, pinuputol ang mga yolks upang madaganan ang mga patatas at ham, pinaghalo ang lahat habang kumakain ka.

5. Espanyol Spinach at Feta Omelet

MGA INGPULAIENTS:
- 2 malalaking itlog
- 1 kutsarang langis ng oliba
- ¼ tasa feta keso, gumuho
- Isang dakot na dahon ng spinach
- Asin at paminta para lumasa

MGA TAGUBILIN:
a) Talunin ang mga itlog sa isang mangkok at timplahan ng asin at paminta.
b) Init ang langis ng oliba sa isang non-stick skillet sa katamtamang init.
c) Magdagdag ng spinach at lutuin hanggang matuyo.
d) Ibuhos ang mga whisked na itlog sa mga gulay at hayaang mag-set ito sandali.
e) Budburan ang feta keso sa isang kalahati ng Omelet, at tiklupin ang kalahati sa ibabaw nito.
f) Lutuin hanggang maluto ang mga itlog.

6. Espanyol Chicharrónes Kasama Itlog

MGA INGPULAIENTS:
- 1 tasang pork chicharrónes (pinirito na balat ng baboy), dinurog
- 4 malalaking itlog
- ½ tasang diced na kamatis
- ¼ tasa diced pulang sibuyas
- 2 kutsarang langis ng oliba

MGA TAGUBILIN:
a) Sa isang mangkok, talunin ang mga itlog at timplahan ng asin at paminta.
b) Init ang langis ng oliba sa isang kawali sa katamtamang init.
c) Magdagdag ng diced kamatises, diced pula onion, at diced jalapeño sa kawali. Igisa hanggang lumambot ang mga gulay.
d) Ibuhos ang pinalo na mga itlog sa kawali, dahan-dahang ihalo upang pagsamahin sa mga gulay.
e) Sa sandaling magsimulang magtakda ang mga itlog, idagdag ang durog na chicharrónes sa kawali, patuloy na pukawin hanggang sa maluto ang mga itlog.
f) Ihain nang mainit, binudburan ng tinadtad na sariwang cilantro, at may lime wedges sa gilid.

7. Espanyol Almusal Soufflé

MGA INGPULAIENTS:
- 6 malalaking itlog, pinaghiwalay
- ½ tasa feta keso, gumuho
- ¼ tasa ng itim na olibo, hiniwa
- ¼ tasa ng mga kamatis na pinatuyong araw, tinadtad
- ¼ tasa sariwang basil, tinadtad

MGA TAGUBILIN:
a) Painitin muna ang oven sa 375°F (190°C).
b) Talunin ang mga pula ng itlog hanggang sa maayos na pinagsama sa isang malaking mangkok.
c) Sa isang hiwalay na mangkok, talunin ang mga puti ng itlog hanggang sa mabuo ang stiff peak.
d) Dahan-dahang tiklupin ang feta keso, hiniwang itim na olibo, tinadtad na mga kamatis na pinatuyong araw, at sariwang basil sa pinilo na pula ng itlog.
e) Maingat na tiklupin ang pinalo na mga puti ng itlog hanggang sa pagsamahin lamang.
f) Timplahan ng asin at paminta ayon sa panlasa.
g) Grasa ang isang baking dish at ibuhos ang timpla dito.
h) Maghurno ng 25-30 mikulay ng nuweso o hanggang ang soufflé ay puffed at golngn brown.
i) Alisin sa oven at hayaang lumamig bago ihain.

8. Bakasama, Pula Paminta, at Mozzarella Omelette

MGA INGPULAIENTS:
- 7 hiwa ng Bakasama
- 1 kutsarang Olive Oil
- 4 na malalaking Itlog
- 4 ounces Sariwang Mozzarella Keso, Cubed
- 1 katamtamang Pula Bell Paminta

MGA TAGUBILIN:
a) Painitin ang oven sa 350°F.
b) Sa isang mainit na kawali, magdagdag ng 1 kutsarang langis ng oliba at magluto ng 7 hiwa ng bakasama hanggang kayumanggi.
c) Magdagdag ng tinadtad na pulang paminta sa kawali at haluing mabuti.
d) Talunin ang 4 na malalaking itlog sa isang mangkok, magdagdag ng 4 na onsa ng cubed fresh mozzarella, at haluing mabuti.
e) Idagdag ang pinaghalong itlog at keso sa kawali, na tinitiyak ang pantay na pamamahagi.
f) Lutuin hanggang ang mga itlog ay magsimulang maglagay sa paligid ng mga gilid.
g) Grate ang 2 ounces ng goat keso sa ibabaw ng Omelette.
h) Ilipat ang kawali sa oven at maghurno ng 6-8 mikulay ng nuweso sa 350°F, pagkatapos ay iprito ng karagdagang 4-6 mikulay ng nuweso hanggang sa maging golngn brown ang tuktok.
i) Alisin mula sa oven at hayaan itong magpahinga ng maikling panahon.
j) Maingat na alisin ang Omelette mula sa kawali, palamutihan ng sariwang tinadtad na perehil, at hiwain bago ihain.

9. Nag-load ng Espanyol Polenta

MGA INGPULAIENTS:
- 1 tasang polenta
- 4 tasang sabaw ng gulay
- 2 kutsarang langis ng oliba
- 1 lata (400g) diced kamatises, pinatuyo
- 1 tasa ng artichoke na puso, tinadtad

MGA TAGUBILIN:
a) Sa isang katamtamang kasirola, pakuluan ang sabaw ng gulay. Ihalo ang polenta, patuloy na pagpapakilos hanggang sa makapal at mag-atas.
b) Sa isang hiwalay na kawali, painitin ang langis ng oliba sa katamtamang init. Igisa ang pinong tinadtad na sibuyas hanggang sa translucent.
c) Magdagdag ng tinadtad na bawang sa kawali at igisa para sa karagdagang 1-2 mikulay ng nuweso.
d) Haluin ang pinatuyo na diced na kamatis, tinadtad na artichoke heart, at timplahan ng asin at paminta. Magluto ng 5-7 mikulay ng nuweso hanggang sa uminit.
e) Ibuhos ang pinaghalong gulay na Espanyol sa polenta, dahan-dahang ihalo upang pagsamahin.

10. Pisto kasama Itlog

MGA INGPULAIENTS:
- 2 kutsarang langis ng oliba
- 1 sibuyas, diced
- 1 berngng paminta, hiniwa
- 1 pulang kampanilya paminta, diced
- 2 zucchini, diced
- 2 kamatis, binalatan at tinadtad
- Asin at paminta para lumasa
- 4 na itlog
- Tinadtad na perehil para sa ngkorasyon

MGA TAGUBILIN:
a) Init ang langis ng oliba sa isang malaking kawali sa katamtamang init. Idagdag ang sibuyas at paminta, lutuin hanggang sa magsimula silang lumambot.
b) Idagdag ang zucchini at lutuin ng ilang mikulay ng nuweso hanggang magsimula itong lumambot.
c) Haluin ang mga kamatis, timplahan ng asin at paminta, at pakuluan ang pinaghalong hanggang lumapot, mga 15-20 mikulay ng nuweso, paminsan-minsang pagpapakilos.
d) Kapag malambot na ang mga gulay at parang sarsa ang timpla, gumawa ng apat na balon sa pisto at pumutok ng itlog sa bawat balon. Takpan ang kawali at lutuin hanggang sa maitakda ang mga itlog ayon sa gusto mo.
e) Budburan ng tinadtad na perehil bago ihain.

11. Almusal Bran Muffins

MGA INGPULAIENTS:
- 2 tasang bran flakes cereal
- 1 1/2 tasa ng all-purpose na harina
- 1/2 tasang pasas
- 1/3 tasa ng asukal
- 3/4 tasa sariwang orange juice

MGA TAGUBILIN:
a) Painitin muna ang oven sa 400°F.
b) Banayad na langisan ang isang 12-tasang muffin tin o lagyan ito ng mga liner ng papel.
c) Sa isang malaking mangkok, pagsamahin ang bran flakes, harina, pasas, asukal, at asin.
d) Sa isang medium na mangkok, paghaluin ang sariwang orange juice at langis.
e) Ibuhos ang mga basang sangkap sa mga tuyong sangkap at ihalo hanggang sa mamasa-masa lamang.
f) Ibuhos ang batter sa inihandang muffin tin, na punuin ang mga tasa ng halos dalawang-katlo na puno.
g) Maghurno hanggang sa maging golngn brown at malinis ang isang toothpick na ipinasok sa muffin, mga 20 mikulay ng nuweso.
h) Ihain nang mainit ang muffins.

12. Espanyol Almusal Balutin

MGA INGPULAIENTS:
- Whole-grain balutin o flatbread
- Hummus
- Pinausukang Salmon
- Pipino, hiniwa ng manipis
- Sariwang dill, tinadtad

MGA TAGUBILIN:
a) Ikalat ang hummus nang pantay-pantay sa buong grain balutin.
b) Layer ng pinausukang salmon at manipis na hiniwang pipino.
c) Budburan ng tinadtad na sariwang dill.
d) I-roll up ang balot nang mahigpit at gupitin ito sa kalahati.

13. Pan kasama Kamatis (Tinapay ng Kamatis)

MGA INGPULAIENTS:
- 4 na hiwa ng crusty bread
- 2 hinog na kamatis, hinati
- 1 sibuyas ng bawang, binalatan
- Extra virgin olive oil
- Asin sa panlasa
- Opsyonal: Hiniwang ham o keso para sa topping

MGA TAGUBILIN:
a) I-toast ang mga hiwa ng tinapay hanggang sa ginintuang at malutong.
b) Bahagyang kuskusin ang toasted bread gamit ang garlic clove.
c) Gupitin ang mga kamatis sa kalahati at kuskusin ang bukas na bahagi ng mga kamatis sa ibabaw ng tinapay, pinindot nang bahagya upang palabasin ang mga juice at pulp sa tinapay. Ang tinapay ay dapat na basa-basa na may kamatis.
d) Ibuhos ang bawat hiwa ng langis ng oliba at budburan ng asin ayon sa panlasa.
e) Kung ninanais, itaas na may mga hiwa ng ham o keso. Ihain kaagad.

14. Dalawang-PatatasEspanyol Hash

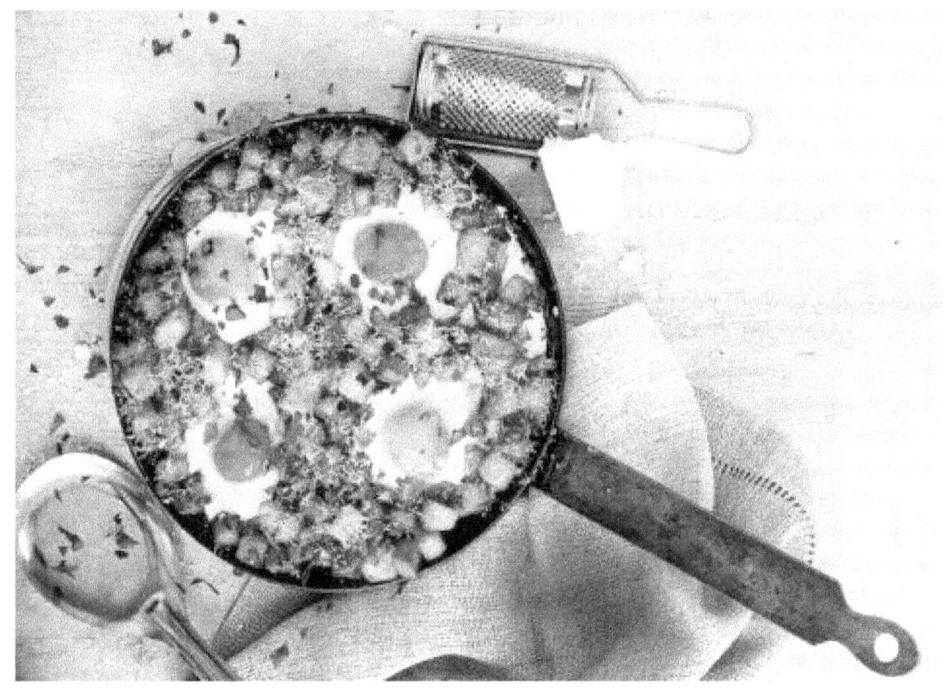

MGA INGPULAIENTS:
- Langis ng oliba para sa pagprito
- ½ sibuyas, halos tinadtad
- 80g pinausukang pancetta cube
- 1 malaking kamote, gupitin sa 2cm cubes
- 2-3 medium Désirée patatas, gupitin sa 2cm cubes

MGA TAGUBILIN:
a) Init ang langis ng oliba sa isang malaking kawali sa katamtamang init.
b) Magdagdag ng halos tinadtad na sibuyas at igisa hanggang sa translucent.
c) Magdagdag ng pinausukang pancetta cubes sa kawali at lutuin hanggang sa magsimula silang maging kayumanggi.
d) Magdagdag ng kamote at Désirée na patatas sa kawali. Lutuin hanggang malambot ang patatas at magkaroon ng golngn brown crust (mga 15 mikulay ng nuweso).
e) Gumawa ng apat na balon sa hash at pumutok ng itlog sa bawat balon. Takpan ang kawali at lutuin hanggang sa maluto ang mga itlog ayon sa gusto mo.
f) Palamutihan ng pinong gadgad na parmesan at tinadtad na sariwang flat-leaf parsley.

15. Espanyol Egg Muffins

MGA INGPULAIENTS:
- 6 malalaking itlog
- ½ tasa ng cherry kamatises, diced
- ½ tasang spinach, tinadtad
- ¼ tasa feta keso, gumuho
- 1 kutsarang itim na olibo, hiniwa

MGA TAGUBILIN:

a) Painitin muna ang oven sa 375°F (190°C). Pahiran ng olive oil ang muffin tin o gumamit ng mga paper liner.

b) Sa isang mangkok, haluin ang mga itlog. Timplahan ng asin at paminta.

c) Sa isang kawali, igisa ang cherry kamatises, spinach, at pula bell paminta sa olive oil hanggang lumambot.

d) Ipamahagi ang mga ginisang gulay nang pantay-pantay sa inihandang muffin tin.

e) Ibuhos ang whisked egg sa mga gulay sa bawat muffin cup.

f) Budburan ang crumbled feta keso, hiniwang itim na olibo, at tinadtad na sariwang parsley sa ibabaw ng bawat egg muffin.

g) Maghurno sa preheated oven sa loob ng 15-20 mikulay ng nuweso o hanggang sa ang mga itlog ay itakda at ang mga tuktok ay ginintuang kayumanggi.

h) Hayaang lumamig ng ilang mikulay ng nuweso ang egg muffins bago alisin ang mga ito sa muffin tin.

16. Palutsina Kulay ng nuwes Magdamag Pagkaing oat

MGA INGPULAIENTS:
- 1 tasang makalumang rolled oats
- 1 tasa ng Greek yogurt
- 1 tasang gatas (pagawaan ng gatas o plant-based)
- 2 kutsarang pulot
- 2 tablespoons palutsina kulay ng nuwess, toasted

MGA TAGUBILIN:
a) Sa isang mangkok, pagsamahin ang mga rolled oats, Greek yogurt, gatas, pulot, at vanilla extract. Haluin hanggang maihalo.
b) I-fold sa toasted palutsina kulay ng nuwess.
c) Hatiin ang pinaghalong sa dalawang garapon o lalagyan ng airtight.
d) I-seal ang mga garapon o lalagyan at palamigin nang magdamag o hindi bababa sa 4 na oras para lumambot ang mga oats at matunaw ang mga lasa.
e) Bago ihain, ihalo nang mabuti ang magdamag na Pagkaing oat. Kung ito ay masyadong makapal, maaari kang magdagdag ng isang splash ng gatas upang maabot ang iyong ninanais na pagkakapare-pareho.

17. Spinach at Itlog pag-aagawan

MGA INGPULAIENTS:
- 4 malalaking itlog
- 2 tasang sariwang spinach, tinadtad
- 1 kutsarang langis ng oliba
- ½ sibuyas, pinong tinadtad
- Asin at paminta para lumasa

MGA TAGUBILIN:
a) Sa isang mangkok, talunin ang mga itlog at timplahan ng asin at paminta.
b) Init ang langis ng oliba sa isang kawali sa katamtamang init.
c) Magdagdag ng tinadtad na sibuyas at igisa hanggang lumambot.
d) Magdagdag ng tinadtad na bawang at tinadtad na spinach sa kawali. Lutuin hanggang malanta ang spinach.
e) Ibuhos ang pinalo na itlog sa kawali sa ibabaw ng pinaghalong spinach.
f) Malumanay na haluin ang mga itlog gamit ang spatula hanggang sa maluto ngunit basa pa rin.
g) Alisin ang kawali mula sa init.
h) Opsyonal: Kung ninanais, iwiwisik ang crumbled feta keso sa mga itlog at haluin upang pagsamahin.
i) Palamutihan ng halved cherry kamatises at tinadtad na sariwang perehil.
j) Ihain ang Spinach at Itlog pag-aagawan nang mainit at magsaya!

18. Feta at Kamatis Pag-aagawan

MGA INGPULAIENTS:
- Mga itlog
- Feta keso, gumuho
- Cherry kamatises, diced
- Sariwang basil, tinadtad
- Langis ng oliba

MGA TAGUBILIN:
a) Sa isang mangkok, talunin ang mga itlog at timplahan ng asin at paminta.
b) Init ang langis ng oliba sa isang kawali at i-pag-aagawan ang mga itlog.
c) Magdagdag ng crumbled feta at diced cherry kamatises.
d) Lutuin hanggang maluto ang mga itlog.
e) Budburan ng sariwang tinadtad na basil bago ihain.

19. Kamatis at Feta Omelette

MGA INGPULAIENTS:
- 2 kutsarita ng langis ng oliba
- 4 na itlog, pinalo
- 8 cherry kamatises, tinadtad
- 50g feta keso, gumuho
- halo-halong dahon ng salad, upang ihain (opsyonal)

MGA TAGUBILIN:
- Init ang mantika sa isang kawali, idagdag ang mga itlog at lutuin, paminsan-minsan ang pag-ikot. Pagkatapos ng ilang mikulay ng nuweso, ikalat ang feta at mga kamatis. Magluto ng isa pang mikulay ng nuweso bago ihain.
- Init ang mantika sa isang kawali na may takip, pagkatapos ay lutuin ang mga sibuyas, sili, bawang at tangkay ng kulantro sa loob ng 5 mikulay ng nuweso hanggang lumambot. Haluin ang mga kamatis, pagkatapos ay kumulo ng 8-10 mikulay ng nuweso.
- Gamit ang likod ng isang malaking kutsara, gumawa ng 4 na dips sa sarsa, pagkatapos ay basagin ang isang itlog sa bawat isa. Maglagay ng takip sa kawali, pagkatapos ay lutuin sa mahinang apoy sa loob ng 6-8 min ute s, hanggang sa maluto ang mga itlog ayon sa gusto mo.
- Ikalat ang dahon ng kulantro at ihain kasama ng tinapay.

20. Greek Yogurt na may Matamis at Kulay ng nuwess

MGA INGPULAIENTS:
- Greek yogurt
- matamis
- Mga almond, tinadtad
- Mga nogales, tinadtad
- Mga sariwang berry (opsyonal)

MGA TAGUBILIN:
a) Kutsara ang Greek yogurt sa isang mangkok.
b) Ibuhos ang pulot sa yogurt.
c) Budburan ang mga tinadtad na almendras at mga walkulay ng nuwes sa itaas.
d) Magdagdag ng mga sariwang berry kung ninanais.

21. Espanyol Almusal Mangkok

MGA INGPULAIENTS:
- Lutong quinoa
- Hummus
- Pipino, diced
- Cherry kamatises, hatiin
- Kalamata olives, hiniwa

MGA TAGUBILIN:
a) Kutsara ang nilutong quinoa sa isang mangkok.
b) Magdagdag ng mga dollops ng hummus.
c) Ikalat ang diced cucumber, kalahating cherry kamatises, at hiniwang Kalamata olives.
d) Paghaluin bago tangkilikin.

22. Espanyol Avocado at Kamatis Salad

MGA INGPULAIENTS:
- 2 hinog na avocado, diced
- 2 kamatis, hiniwa
- 1/4 tasa pulang sibuyas, pinong tinadtad
- 2 kutsarang sariwang perehil, tinadtad
- 1 kutsarang langis ng oliba
- 1 kutsarang limon juice
- Asin at paminta para lumasa

MGA TAGUBILIN:
a) Sa isang mangkok, pagsamahin ang mga diced avocado, mga kamatis, pulang sibuyas, at sariwang perehil.
b) Sa isang maliit na mangkok, haluin ang langis ng oliba, limon juice, asin, at paminta.
c) Ibuhos ang dressing sa salad at ihalo nang malumanay upang pagsamahin.
d) Ihain kaagad bilang isang nakakapreskong sing dish.

MGA APETIZER

23. Malutong na hipon fritters

MGA INGPULAIENTS:
- ½ kilo na maliit na hipon, binalatan
- 1½ tasa ng chickpea o regular na harina
- 1 kutsarang tinadtad na sariwang flat-leaf parsley
- 3 scallion, puting bahagi at kaunti sa malambot na berngng tuktok, pinong tinadtad
- ½ kutsarita ng matamis na paprika/pimenton
- asin
- Langis ng oliba para sa ngep-frying

MGA TAGUBILIN:
a) Iluto ang hipon sa isang kasirola na may sapat na tubig upang matakpan ang mga ito at pakuluan sa mataas na apoy.
b) Sa isang mangkok o food processor, pagsamahin ang harina, perehil, scallion, at pimentón upang makagawa ng batter. Idagdag ang pinalamig na tubig sa pagluluto at isang pakurot ng asin.
c) Haluin o iproseso hanggang sa magkaroon ka ng texture na medyo mas makapal kaysa pankeik batter. Palamigin ng 1 oras pagkatapos takpan.
d) Kunin ang hipon sa refrigerator at hiwain ng pino. Ang mga giling ng kape ay dapat na ang laki ng mga piraso.
e) Alisin ang batter sa refrigerator at ihalo ang hipon.
f) Sa isang mabigat na kawali, ibuhos ang langis ng oliba sa lalim na humigit-kumulang 1 pulgada at init sa sobrang init hanggang sa halos umusok na ito.
g) Para sa bawat fritter, ibuhos ang 1 kutsara ng batter sa mantika at patagin ang batter gamit ang likod ng isang kutsara sa isang pabilog na 3 1/2 pulgada ang lapad.
h) Magprito ng humigit-kumulang 1 mikulay ng nuweso sa bawat panig, paikutin nang isang beses, o hanggang sa maging ginintuang at malutong ang mga fritter.
i) Alisin ang mga fritter gamit ang slotted na kutsara at ilagay sa ovenprong dish.
j) Ihain kaagad.

24. Mga pinalamanan na kamatis

MGA INGPULAIENTS:
- 8 maliliit na kamatis, o 3 malalaking kamatis
- 4 hard-boiled na itlog, pinalamig at binalatan
- 6 na kutsarang Aioli o mayonesa
- Asin at paminta
- 1 kutsarang perehil, tinadtad
- 1 kutsarang puting breadcrumbs, kung gumagamit ng malalaking kamatis

MGA TAGUBILIN:
a) Ilubog ang mga kamatis sa isang palanggana ng may yelo o sobrang lamig na tubig pagkatapos balatan ang mga ito sa isang kawali ng kumukulong tubig sa loob ng 10 segundo.
b) Gupitin ang tuktok ng mga kamatis. Gamit ang isang kutsarita o isang maliit, matalim na kutsilyo, simutin ang mga buto at loob.
c) I-mash ang mga itlog na may Aioli (o mayonesa, kung gumagamit), asin, paminta, at perehil sa isang mangkok ng paghahalo.
d) Lagyan ng laman ang mga kamatis, pindutin nang mahigpit ang mga ito. Palitan ang mga talukap ng mata sa isang masiglang anggulo sa maliliit na kamatis.
e) Punan ang mga kamatis sa itaas, pindutin nang mahigpit hanggang sa sila ay magkapantay. Palamigin ng 1 oras bago hiwain sa mga singsing gamit ang isang matalim na kutsilyong inukit.
f) Palamutihan ng perehil.

25. Salt cod fritters na may Aioli

MGA INGPULAIENTS:
- 1 lb asin bakalaw , babad
- 3 1/2 oz pinatuyong puting breadcrumbs
- 1/4 lb floury patatas
- Langis ng oliba, para sa mababaw na pagprito
- 1/4 tasa ng gatas
- Limon wedges at dahon ng salad, upang ihain
- 6 na sibuyas na sibuyas na pinong tinadtad
- Aioli

MGA TAGUBILIN:
a) Sa isang kawali ng bahagyang inasnan na tubig na kumukulo, lutuin ang mga patatas, hindi binalatan, nang mga 20 mikulay ng nuweso, o hanggang malambot. Alisan ng tubig.
b) Balatan ang mga patatas sa sandaling lumamig na sila, pagkatapos ay i-mash gamit ang isang tinidor o isang patatas masher.
c) Sa isang kasirola, pagsamahin ang gatas, kalahati ng mga spring onion, at pakuluan. Idagdag ang babad na bakalaw at i-poach sa loob ng 10-15 mikulay ng nuweso, o hanggang madali itong matuklap. Alisin ang bakalaw mula sa kawali at i-flake ito sa isang mangkok na may tinidor, alisin ang mga buto at balat.
d) Ihagis sa 4 na kutsarang niligis na patatas ang bakalaw at ihalo sa kahoy na kutsara.
e) Gumalaw sa langis ng oliba, pagkatapos ay unti-unting idagdag ang natitirang mashed patatas. Pagsamahin ang natitirang spring onions at parsley sa isang mixing mangkok.
f) Upang tikman, timplahan ng limon juice at paminta.
g) Sa isang hiwalay na mangkok, talunin ang isang itlog hanggang sa mahusay na timpla, pagkatapos ay palamigin hanggang solid.
h) Pagulungin ang pinalamig na pinaghalong isda sa 12-18 na bola, pagkatapos ay malumanay na patagin sa maliliit na bilog na keik.
i) Ang bawat isa ay dapat unahin ang harina, pagkatapos ay isawsaw sa natitirang pinalo na itlog at tapusin sa mga tuyong breadcrumb.
j) Palamigin hanggang handa nang iprito.
k) Sa isang malaki at mabigat na kawali, painitin ang halos 3/4 pulgadang mantika. Lutuin ang mga fritter sa loob ng halos 4 na mikulay ng nuweso sa medium-high heat.
l) Ibalik ang mga ito at lutuin para sa isa pang 4 na mikulay ng nuweso, o hanggang sa malutong at ginintuang sa kabilang panig.
m) Patuyuin sa mga tuwalya ng papel bago ihain kasama ng Aioli, limon wedges, at dahon ng salad.

26. Mga croquette ng hipon

MGA INGPULAIENTS:
- 3 1/2 oz mantikilya
- 4 oz plain na harina
- 1 1/4 pints malamig na gatas
- Asin at paminta
- 14 oz na nilutong binalatan na hipon, hiniwa
- 2 kutsaritang kamatis puree
- 5 o 6 na kutsarang pinong breadcrumbs
- 2 malalaking itlog, pinalo
- Langis ng oliba para sa ngep-frying

MGA TAGUBILIN:

a) Sa isang medium sarsapan, matunaw ang mantikilya at idagdag ang harina, patuloy na pagpapakilos.

b) Dahan-dahang ibuhos ang pinalamig na gatas, patuloy na pagpapakilos, hanggang sa magkaroon ka ng makapal at makinis na sarsa.

c) Idagdag ang mga hipon, timplahan ng asin at paminta, pagkatapos ay ihalo ang kamatis paste. Magluto ng isa pang 7 hanggang 8 mikulay ng nuweso.

d) Kumuha ng isang maliit na kutsara ng mga sangkap at igulong ito sa isang 1 1/2 - 2 pulgada na cylinngr croquets.

e) Pagulungin ang mga croquet sa breadcrumbs, pagkatapos ay sa pinalo na itlog, at huling sa breadcrumbs.

f) Sa isang malaki at mabigat na ilalim na kawali, initin ang mantika para sa ngep-frying hanggang umabot sa 350°F o ang isang cube ng tinapay ay nagiging golngn brown sa loob ng 20-30 segundo.

g) Magprito ng halos 5 mikulay ng nuweso sa mga batch na hindi hihigit sa 3 o 4 hanggang sa ginintuang kayumanggi.

h) Gamit ang slotted na kutsara, alisin ang manok, patuyuin sa papel ng kusina, at ihain kaagad.

27. Malutong na pinalasangna patatas

MGA INGPULAIENTS:
- 3 kutsarang langis ng oliba
- 4 Russet patatas, binalatan, at cu bed
- 2 kutsarang tinadtad na sibuyas
- 2 cloves ng bawang, tinadtad
- Asin at sariwang giniling na itim na paminta
- 1 1/2 kutsarang Espanyol paprika
- 1/4 kutsarita ng Tabasco Sarsa
- 1/4 kutsarita ng ground thyme
- 1/2 tasa ng Ketchup
- 1/2 tasa ng mayonesa
- Tinadtad na perehil, upang palamutihan
- 1 tasa ng langis ng oliba, para sa pagprito

MGA TAGUBILIN:
a) Init ang 3 kutsarang langis ng oliba sa isang kasirola sa katamtamang init.
b) Igisa ang sibuyas at bawang hanggang sa lumambot ang sibuyas.
c) Alisin ang kawali mula sa apoy at ihalo ang paprika, sarsa ng Tabasco, at thyme.
d) Sa isang mangkok ng paghahalo, pagsamahin ang ketchup at mayonesa.
e) Sa panlasa, timplahan ng asin at paminta. Alisin sa equation.

Ang mga patatas:

f) Banayad na timplahan ang patatas na may asin at itim na paminta.
g) Iprito ang mga patatas sa 1 tasa (8 fl. oz.) na langis ng oliba sa isang malaking kawali hanggang sa maging ginintuang kayumanggi at maluto, paminsan-minsang ihahagis.
h) Patuyuin ang mga patatas sa mga tuwalya ng papel, tikman ang mga ito, at timplahan ng dagdag na asin kung kinakailangan.
i) Upang panatilihing malutong ang patatas, pagsamahin ang mga ito sa sarsa bago ihain.
j) Ihain nang mainit, pinalamutian ng tinadtad na perehil.

28. Hipon gambas

MGA INGPULAIENTS:
- 1/2 tasa ng langis ng oliba
- Juice ng 1 limon
- 2 kutsarita ng asin sa dagat
- 24 katamtamang laki ng hipon , nasa shell na buo ang mga ulo

MGA TAGUBILIN:
a) Sa isang mangkok ng paghahalo, pagsamahin ang langis ng oliba, limon juice, at asin at pukawin hanggang sa lubusan na pinagsama. Upang bahagyang mabalot ang hipon, isawsaw ang mga ito sa pinaghalong sa loob ng ilang segundo.
b) Sa isang tuyong kawali, init ang mantika sa mataas na apoy. Nagtatrabaho sa mga batch, idagdag ang hipon sa isang layer nang hindi sinisiksik ang kawali kapag ito ay napakainit. 1 mikulay ng nuwesong paglalagablab
c) Bawasan ang init sa katamtaman at lutuin ng karagdagang mikulay ng nuweso. Palakihin ang init sa mataas at painitin ang hipon para sa isa pang 2 mikulay ng nuweso, o hanggang sa ginintuang.
d) Panatilihing mainit ang hipon sa isang mababang oven sa isang ovenprong na plato.
e) Lutuin ang natitirang hipon sa parehong paraan.

29. Tahong vinaigrette

MGA INGPULAIENTS:
- 2 1/2 dozen na tahong, kinuskos at inalis ang mga balbas Gikulay ng nuwesay-gutay na litsugas
- 2 kutsarang tinadtad na berngng sibuyas
- 2 kutsarang tinadtad na berngng paminta
- 2 kutsarang tinadtad na pulang paminta
- 1 kutsarang tinadtad na perehil
- 4 tbsp langis ng oliba
- 2 kutsarang suka o limon juice
- Dash ng pula paminta sarsa
- Asin sa panlasa

MGA TAGUBILIN:
a) Pasingawan ang mga tahong bukas.
b) Ilagay ang mga ito sa isang malaking palayok ng tubig. Takpan at lutuin sa mataas na apoy, haluin ang kawali paminsan-minsan, hanggang sa bumukas ang mga shell. Alisin ang mga tahong mula sa apoy at itapon ang mga hindi nagbubukas.
c) Ang mga tahong ay maaari ding painitin sa microwave para mabuksan ang mga ito. I-microwave ang mga ito sa loob ng isang mikulay ng nuweso sa maximum na lakas sa isang microwave-safe na mangkok, bahagyang natatakpan.
d) Microwave para sa isa pang mikulay ng nuweso pagkatapos ng paghahalo. Alisin ang anumang tahong na nabuksan at lutuin ng isa pang mikulay ng nuweso sa microwave. Tanggalin muli ang mga bukas.
e) Alisin at itapon ang mga walang laman na shell kapag sapat na ang lamig para mahawakan.
f) Sa isang serving tray, ilagay ang mga mussel sa isang higaan ng gikulay ng nuwesay-gutay na litsugas bago ihain.
g) Pagsamahin ang sibuyas, berng at pulang paminta, perehil, mantika, at suka sa isang pinaghalong ulam.
h) Salt at pula paminta sarsa sa panlasa. Punan ang mga shell ng tahong sa kalahati ng pinaghalong.

30. Mga paminta na pinalamanan ng bigas

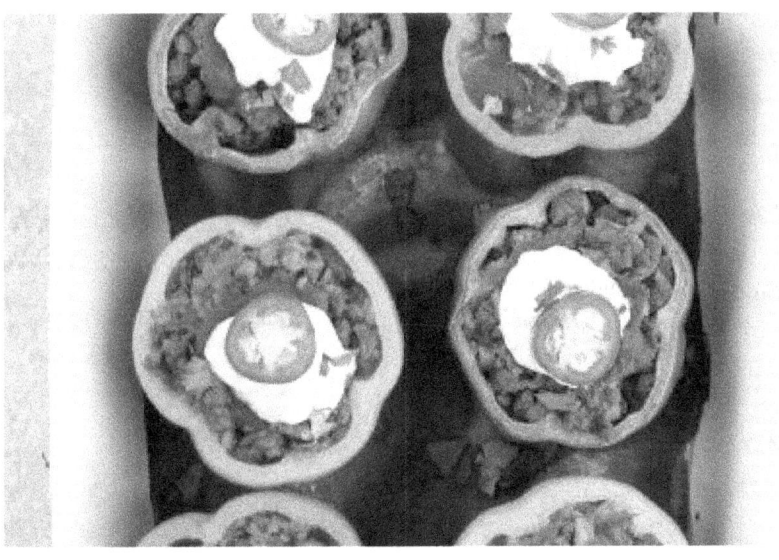

MGA INGPULAIENTS:
- 1 lb 2 oz short-grained Espanyol Kanin, gaya ng Bomba o Calasparra
- 2-3 kutsarang langis ng oliba
- 4 malalaking pulang paminta
- 1 maliit na pulang paminta, tinadtad
- 1/2 sibuyas, tinadtad
- 1/2 kamatis, balat at tinadtad
- 5 oz minced / tinadtad na baboy o 3 oz asin bakalaw
- Safron
- Tinadtad na sariwang perehil
- asin

MGA TAGUBILIN:

a) Kuskusin ang mga panloob na lamad gamit ang isang kutsarita pagkatapos putulin ang mga dulo ng tangkay ng mga sili at i-save ang mga ito bilang mga talukap upang muling ilagay sa ibang pagkakataon.

b) Init ang mantika at dahan-dahang igisa ang pulang paminta hanggang sa lumambot.

c) Iprito ang sibuyas hanggang lumambot, pagkatapos ay idagdag ang karne at bahagyang kayumanggi ito, idagdag ang kamatis pagkatapos ng ilang mikulay ng nuweso, pagkatapos ay idagdag ang lutong paminta, hilaw na bigas, safron, at perehil. Timplahan ng asin ayon sa panlasa.

d) Maingat na punan ang mga sili at ilagay ang mga ito sa kanilang mga gilid sa isang ovenprong dish, maging maingat na hindi matapon ang pagpuno.

e) Magluto ng ulam sa isang mainit na hurno para sa mga 1 1/2 oras, na sakop.

f) Ang kanin ay niluto sa mga likido ng kamatis at paminta.

31. Calamari na may rosemary at chilli oil

MGA INGPULAIENTS:
- Extra virgin olive oil
- 1 bungkos ng sariwang rosemary
- 2 buong pulang sili, tinanggalan ng binhi at pinong tinadtad na 150ml solong krema
- 3 pula ng itlog
- 2 kutsarang gadgad na Parmesan keso
- 2 kutsarang plain na harina
- Asin at sariwang giniling na itim na paminta
- 1 sibuyas ng bawang, binalatan at durog
- 1 tsp pinatuyong oregano
- Langis ng gulay para sa ngep-frying
- 6 Pusit, nilinis at pikulay ng nuwesol ng mga singsing
- asin

MGA TAGUBILIN:
a) Upang gawin ang dressing, init ang langis ng oliba sa isang maliit na kasirola at ihalo ang rosemary at sili. Alisin sa equation.
b) Sa isang malaking mixing mangkok, haluin ang krema, egg yolks, parmesan keso, harina, bawang, at oregano. Haluin hanggang makinis ang batter. Timplahan ng itim na paminta, sariwang giniling.
c) Painitin muna ang mantika sa 200°C para sa ngep-frying, o hanggang ang isang cube ng tinapay ay maging brown sa loob ng 30 segundo.
d) Isawsaw ang mga singsing ng pusit, nang paisa-isa, sa batter at maingat na ilagay ang mga ito sa mantika. Lutuin hanggang sa ginintuang kayumanggi, mga 2-3 mikulay ng nuweso.
e) Patuyuin sa papel sa kusina at ihain kaagad na may ibinuhos na dressing sa ibabaw. Kung kinakailangan, timplahan ng asin.

32. Caprese Pasta Salad

MGA INGPULAIENTS:
- 2 tasang nilutong penne pasta
- 1 tasang pesto
- 2 tinadtad na kamatis
- 1 tasang diced mozzarella keso
- Asin at paminta para lumasa
- 1/8 tsp. oregano
- 2 tsp. suka ng pula wine

MGA TAGUBILIN:
a) Iluto ang pasta ayon sa package **INSTRUCTIONS:** , na dapat tumagal ng humigit-kumulang 12 mikulay ng nuweso. Alisan ng tubig.
b) Sa isang malaking mixing mangkok, pagsamahin ang pasta, pesto, kamatis, at keso; timplahan ng asin, paminta, at oregano.
c) Ibuhos ang suka ng pula wine sa itaas.
d) Itabi ng 1 oras sa refrigerator.

33. Balsamic Bruschetta

MGA INGPULAIENTS:
- 1 tasang tinanggalan ng binhi at diced na mga kamatis ng Roma
- ¼ tasa tinadtad na basil
- ½ tasang gikulay ng nuwesay-gutay na pecorino keso
- 1 tinadtad na sibuyas ng bawang
- 1 kutsarang balsamic vinegar
- 1 tsp. langis ng oliba
- Asin at paminta sa panlasa - mag-ingat, dahil ang keso ay medyo maalat sa sarili nitong.
- 1 hiniwang tinapay ng French bread
- 3 tbsp. langis ng oliba
- ¼ tsp. pulbos ng bawang
- ¼ tsp. basil

MGA TAGUBILIN:
a) Sa isang mixing dish, pagsamahin ang mga kamatis, basil, pecorino keso, at bawang.
b) Sa isang maliit na mangkok ng paghahalo, haluin ang suka at 1 kutsarang langis ng oliba; isantabi. c) Ibuhos ang mga hiwa ng tinapay na may langis ng oliba, pulbos ng bawang, at basil.
c) Ilagay sa isang baking pan at i-toast ng 5 mikulay ng nuweso sa 350 nggrees.
d) Ilabas sa oven. Pagkatapos ay idagdag ang pinaghalong kamatis at keso sa itaas.
e) Kung kinakailangan, timplahan ng asin at paminta.
f) Ihain kaagad.

34. Kabibi at Kagat ng Ham

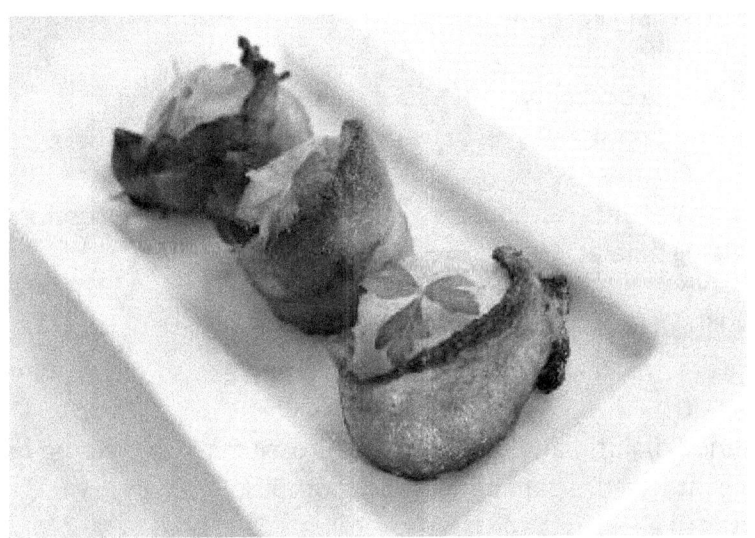

MGA INGPULAIENTS:
- ½ tasa ng pinong hiniwang prosciutto
- 3 tbsp. krema keso
- 1 lb. kabibis
- 3 tbsp. langis ng oliba
- 3 tinadtad na sibuyas ng bawang
- 3 tbsp. Parmesan keso
- Asin at paminta sa panlasa - mag-ingat, dahil ang prosciutto ay magiging maalat

MGA TAGUBILIN:
a) Maglagay ng maliit na patong ng krema keso sa bawat hiwa ng prosciutto.
b) Susunod, balutin ang isang slice ng prosciutto sa paligid ng bawat kabibi at i-secure gamit ang isang toothpick.
c) Sa isang kawali, init ang langis ng oliba.
d) Magluto ng bawang sa loob ng 2 mikulay ng nuweso sa isang kawali.
e) Idagdag ang mga kabibi na nakabalot sa foil at lutuin ng 2 mikulay ng nuweso sa bawat panig.
f) Ikalat ang Parmesan keso sa ibabaw.
g) Magdagdag ng asin at paminta sa panlasa kung ninanais.
h) Pigain ang labis na likido gamit ang isang tuwalya ng papel.

35. Mga talong na may pulot

MGA INGPULAIENTS:
- 3 tbsp. matamis
- 3 talong
- 2 tasang Gatas
- 1 tbsp. asin
- 1 tbsp. paminta
- 100 g ng harina
- 4 tbsp. Langis ng oliba

MGA TAGUBILIN:
a) Hiwa-hiwain ng manipis ang talong.
b) Sa isang mixing dish, pagsamahin ang mga eggplants. Ibuhos ang sapat na gatas sa palanggana upang ganap na masakop ang mga talong. Timplahan ng kaunting asin.
c) Mag-iwan ng hindi bababa sa isang oras upang magbabad.
d) Kunin ang mga talong mula sa gatas at itabi ang mga ito. Gamit ang harina, balutin ang bawat hiwa. Pahiran sa pinaghalong asin-at-paminta.
e) Sa isang kawali, init ang langis ng oliba. I-ngep fried ang mga hiwa ng talong sa 180 nggrees C.
f) Ilagay ang mga pritong talong sa mga tuwalya ng papel upang masipsip ang labis na mantika.
g) Budburan ng pulot ang mga talong.
h) maglingkod.

36. Sausage na niluto sa cingr

MGA INGPULAIENTS:
- 2 tasang mansanas cingr
- 8 chorizo sausage
- 1 tbsp. langis ng oliba

MGA TAGUBILIN:
a) Gupitin ang chorizo sa manipis na hiwa.
b) Sa isang kawali, painitin ang mantika. Painitin muna ang oven sa medium.
c) Ihagis ang chorizo. Iprito hanggang sa magbago ang kulay ng pagkain.
d) Ibuhos sa cingr. Magluto ng 10 mikulay ng nuweso, o hanggang sa medyo lumapot ang sarsa.
e) Ang tinapay ay dapat ihain kasama ng ulam na ito.
f) Enjoy!!!

37. Espanyol beef kebab

MGA INGPULAIENTS:
- ½ tasa katas ng kahel
- ¼ tasa Katas ng kamatis
- 2 kutsarita Langis ng oliba
- 1½ kutsarita Limon juice
- 1 kutsarita O e gano, tuyo
- ½ kutsarita Paprika
- ½ kutsarita Kumin, lupa
- ¼ kutsarita asin
- ¼ kutsarita Paminta, itim
- 10 onsa Walang buto na walang taba na karne ng baka; gupitin sa 2" cubes
- 1 daluyan Pulang sibuyas; gupitin sa 8 wedges
- 8 bawat isa Mga kamatis na cherry

MGA TAGUBILIN:
a) Upang gawin ang marinang, pagsamahin ang orange at kamatis juice, langis, limon juice, oregano, paprika, cumin, asin, at paminta sa isang gallon-size na sealable na plastic bag.
b) Idagdag ang mga cube ng karne; i-seal ang bag, pinindot ang hangin; paikutin para mabalot ang karne ng baka.
c) Palamigin nang hindi bababa sa 2 oras o magdamag, ihagis ang bag sa paminsan-minsan. Gamit ang nonstick cooking spray, balutin ang grill rack.
d) Ilagay ang grill rack na 5 pulgada ang layo mula sa mga uling. Sundin ang mga tagubilin ng tagagawa para sa pag-ihaw.
e) Alisan ng tubig ang steak at itabi ang marinang.
f) Gamit ang 4 na metal o babad na kawayan na skewer, itali ang pantay na dami ng karne ng baka, sibuyas, at kamatis.
g) Mag-ihaw ng mga kebab sa loob ng 15-20 mikulay ng nuweso, o hanggang maluto ayon sa gusto mo, madalas na umiikot at nagsisipilyo ng nakareserbang marinang.

38. Manchego na may Orange Pangalagaan

MGA INGPULAIENTS:
- 1 ulo ng bawang
- 1 1/2 tasa ng langis ng oliba, at higit pa para sa pag-ambon
- Kosher na asin
- 1 Seville o pusod orange
- 1/4 tasa ng asukal
- 1 pound batang Manchego keso, gupitin sa 3/4-pulgada na piraso
- 1 kutsarang pinong tinadtad na rosemary
- 1 kutsarang pinong tinadtad na thyme
- Inihaw na baguette

MGA TAGUBILIN:

a) Painitin muna ang oven sa 350 nggrees Fahrenheit. isang quarter ng isang pulgada "Alisin ang tuktok ng bombilya ng bawang at ilagay ito sa isang piraso ng foil. Timplahan ng asin at lagyan ng mantika.

b) Balutin nang maayos sa foil at maghurno ng 35–40 mikulay ng nuweso, o hanggang ang balat ay maging ginintuang kayumanggi at malambot ang mga clove. Hayaang lumamig. I-squeeze ang mga clove sa isang malaking mixing basin.

c) Sa parehong oras, gupitin ang 1/4 "Alisin ang tuktok at ibaba ng orange at i-quarter ito nang pahaba. Alisin ang laman mula sa bawat ikaapat na bahagi ng alisan ng balat sa isang piraso, hindi kasama ang puting pith (i-save ang mga balat).

d) Itabi ang katas na piniga mula sa karne sa isang maliit na palanggana.

e) Gupitin ang balat sa quarter-inch na piraso at ilagay sa isang maliit na kasirola na may sapat na malamig na tubig upang takpan ng isang pulgada. Pakuluan, pagkatapos ay alisan ng tubig; gawin ito ng dalawang beses pa para mawala ang pait.

f) Sa isang kasirola, pagsamahin ang orange peels, asukal, nakareserbang orange juice, at 1/2 tasa ng tubig.

g) Dalhin sa isang pigsa; bawasan ang init sa mababang at kumulo, regular na pagpapakilos, sa loob ng 20-30 mikulay ng nuweso, o hanggang ang mga balat ay malambot at ang likido ay nagiging syrupy. Hayaang lumamig ang orange Pangalagaans.

h) Pagsamahin ang orange Pangalagaans, Manchego, rosemary, thyme, at ang natitirang 1 1/2 cups oil sa mangkok na may bawang. Palamigin nang hindi bababa sa 12 oras pagkatapos takpan.

i) Bago ihain kasama ng toast, dalhin ang adobong Manchego sa temperatura ng silid.

39. Manok Pintxo

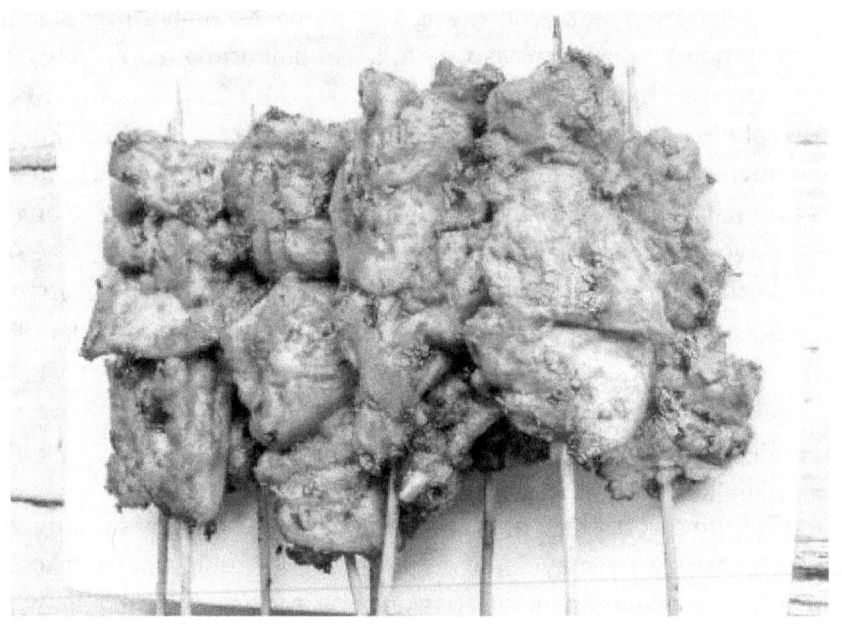

MGA INGPULAIENTS:
- 1.8 pounds na walang balat, walang buto na mga hita ng manok na pikulay ng nuwesol sa 1" na piraso
- 1 kutsarang Espanyol smoked paprika
- 1 kutsarita ng pinatuyong oregano
- 2 kutsaritang giniling na kumin
- 3/4 kutsarita ng asin sa dagat
- 3 cloves bawang tinadtad
- 3 kutsarang tinadtad na parsley
- 1/4 tasa ng extra virgin olive oil
- Pulang Chimichurri Sarsa

MGA TAGUBILIN:
a) Sa isang malaking palanggana ng paghahalo, pagsamahin ang lahat ng mga sangkap at ihagis nang maigi upang mabalot ang mga piraso ng manok. Hayaang mag-marinate magdamag sa refrigerator.
b) Ibabad ang mga skewer ng kawayan sa loob ng 30 mikulay ng nuweso sa tubig. Gamit ang mga skewer, tuhog ng mga piraso ng manok.
c) Mag-ihaw ng 8-10 mikulay ng nuweso, o hanggang maluto.

40. Limang Pampalasa Churros

Gumagawa: 15 churros

MGA INGPULAIENTS:
- Langis ng gulay (para sa ngep-frying)
- ½ tasa + 2 kutsarang asukal
- ¾ kutsarita ng giniling na kanela
- ¾ kutsarita ng limang pampalasa na pulbos
- 1 stick (8 kutsara) unsalted butter (hiwa-hiwain)
- ¼ kutsarita ng asin
- 1 tasang all-purpose na harina
- 3 malalaking itlog

MGA TAGUBILIN:
a) Punan ang isang malaki at mabigat na palayok na may 2 pulgada ng langis ng gulay at init ito sa 350 nggrees F gamit ang isang ngep-frying thermometer. Maghanda ng pastry bag na may malaking star tip, at maglagay ng plato na nilagyan ng mga tuwalya ng papel sa malapit.
b) Sa isang malaking plato, pagsamahin ang ½ tasa ng asukal, giniling na kanela, at limang pampalasa na pulbos.
c) Sa isang medium sarsapan, pagsamahin ang mantikilya, asin, ang natitirang 2 kutsara ng asukal, at 1 tasa ng tubig. Dalhin ang halo na ito sa isang pigsa sa katamtamang init. Kapag kumulo na, idagdag ang harina at masiglang haluin gamit ang kahoy na kutsara hanggang sa maging bola ang timpla. Alisin ito mula sa init at idagdag ang mga itlog nang paisa-isa, pagpapakilos nang masigla pagkatapos ng bawat karagdagan. Ilagay ang nagresultang batter sa inihandang pastry bag.
d) Paggawa sa mga batch, i-pipe ang humigit-kumulang 5-pulgadang haba ng batter sa mainit na mantika, pinuputol ang mga dulo mula sa piping bag gamit ang isang paring knife. Siguraduhing hindi siksikan ang palayok. Iprito hanggang sa maging malalim na ginintuang kayumanggi ang churros, na dapat tumagal ng mga 6 na mikulay ng nuweso.
e) Ilipat ang mga ito sa may linyang plato upang maubos nang panandalian, pagkatapos ay ilipat ang mga ito sa plato na may pinaghalong asukal na may limang pampalasa at balutin ang mga ito nang pantay-pantay.
f) Ihain kaagad ang iyong five-pampalasa churros. Enjoy!

41. Maanghang na Mais Churros

MGA INGPULAIENTS:
PARA SA SALSA AT QUESO:
- 6 pinatuyong cascabel chiles, may tangkay at inalis ang mga buto
- 4 na malalaking kamatis, tinadtad
- 2 fresno chili, tangkay
- ¾ puting sibuyas, binalatan, gupitin sa mga wedges
- 2 sibuyas ng bawang, binalatan
- 2 kutsarang sariwang katas ng kalamansi
- Kosher na asin
- 3 kutsarang unsalted butter
- 2 kutsarang all-purpose na harina
- 1 ½ tasa ng gatas (o higit pa)
- ½ pound Monterey jack keso, gadgad
- ½ pound cheddar keso, gadgad (batang daluyan o matalim)

PARA SA CHURROS:
- 1 kutsarang sili na pulbos
- 2/3 tasa ng gatas
- 6 na kutsarang unsalted butter
- ½ kutsarita ng giniling na kumin
- ½ tasang all-purpose na harina
- ½ tasang maismeal
- 3 malalaking itlog
- Langis ng gulay (para sa pagprito, mga 12 tasa)

MGA TAGUBILIN:
a) Painitin muna ang oven sa 350°F. I-toast ang cascabel chiles hanggang sa mabango at bahagyang kayumanggi ng mga 5 mikulay ng nuweso. Alisin ang mga sili mula sa baking sheet at hayaang lumamig.
b) Taasan ang temperatura ng oven sa 450°F. Inihaw ang mga kamatis, mga sili ng Fresno, at sibuyas sa isang rimmed baking sheet hanggang ang balat ay maging kayumanggi at magsimulang maghiwalay sa laman, 30–35 mikulay ng nuweso. Ilipat ang mga ito sa isang blenngr at magdagdag ng bawang, katas ng dayap, at 2 kutsarita ng asin; timpla hanggang makinis. Idagdag ang toasted cascabel chiles at timpla hanggang sa magaspang tinadtad. Pahintulutan itong umupo sa temperatura ng silid hanggang handa nang ihain.
c) Sa isang medium na kasirola, matunaw ang mantikilya sa katamtamang init. Haluin ang harina at lutuin hanggang sa maisama ang mga 1 mikulay ng nuweso. Paghaluin ang gatas at ipagpatuloy ang pagluluto hanggang sa kumulo ang timpla at lumapot ng mga 4 na mikulay ng nuweso. Bawasan ang apoy sa mababang, unti-unting idagdag ang parehong keso, at lutuin, patuloy na pagpapakilos, hanggang sa ganap na matunaw ang keso at maging makinis ang queso. Kung mukhang masyadong malapot, haluin ng kaunti pang gatas. Panatilihing mainit ang queso hanggang handa nang ihain.
d) Pagkasyahin ang isang pastry bag na may star tip. Paghaluin ang chili powngr at 1 kutsarang asin sa isang maliit na mangkok; isantabi.
e) Sa isang katamtamang kasirola sa katamtamang init, magdala ng gatas, mantikilya, kumin, 1¼ kutsarita ng asin, at ½ tasa ng tubig sa kumulo.
f) Gamit ang isang kahoy na kutsara, magdagdag ng harina at maismeal nang sabay-sabay, at masiglang paghaluin hanggang sa mabuo ang masa, mga 30 segundo.
g) Hayaang umupo sa kawali ng 10 mikulay ng nuweso upang ma-hydrate ang maismeal. Ilipat ang pinaghalong sa mangkok ng isang stand mixer o isang malaking mangkok.
h) Gamit ang stand mixer na nilagyan ng paddle attachment sa medium-low speed, magdagdag ng mga itlog sa kuwarta, isa-isa, siguraduhing isama ang bawat itlog bago idagdag ang susunod (sa kahalili, haluin nang malakas gamit ang kahoy na kutsara). Ang

kuwarta ay magmumukhang sira sa una; ipagpatuloy ang paghampas, paminsan-minsang i-scrape ang mangkok, hanggang sa maging makinis, makintab, at medyo nababanat ang kuwarta (bukulay ng nuwesin ang isang maliit na piraso ng kuwarta at iunat ito—hindi ito dapat masira). Ilagay ang kuwarta sa inihandang pastry bag.

i) Ibuhos ang langis sa isang malaking palayok upang makarating sa kalahati ng mga gilid. Pagkasyahin ang palayok ng thermometer at painitin ito sa katamtamang init hanggang sa magrehistro ang thermometer sa 350°F. Hawakan ang bag sa isang anggulo upang ang dulo ay ilang pulgada sa itaas ng ibabaw ng mantika, pisilin ang kuwarta, igalaw ang bag habang pinipiga mo upang ang kuwarta ay i-pipe sa 6" na haba sa mantika. Gamit ang isang kutsilyo, putulin ang kuwarta sa dulo upang palabasin ito sa mantika. Ulitin ang proseso upang makagawa ng 4 pang haba ng kuwarta.

j) Iprito ang churros, paikutin nang isang beses at ayusin ang init kung kinakailangan upang mapanatili ang temperatura ng langis, hanggang sa maging ginintuang kayumanggi ang mga ito sa lahat ng panig, 2-3 mikulay ng nuweso bawat panig. Ilipat ang mga ito sa isang baking sheet na nilagyan ng tuwalya ng papel. Ulitin sa natitirang kuwarta.

k) **Budburan** ang mainit na churros ng nakareserbang sili-salt mixture. Ilagay ang salsa sa mainit na queso at paikutin upang pagsamahin; ihain kasama ng mainit na churros. Enjoy!

PANGUNAHING PAGKAIN

42. Paella Valencian

MGA INGPULAIENTS:
- 2 tasang paella kanin (tulad ng Bomba o Calasparra)
- 4 tasang sabaw ng manok o gulay
- 1 lb (450g) hita ng manok, hiwa-hiwain
- 1/2 lb (225g) berde beans, pikulay ng nuwesol
- 1 kamatis, pinong gadgad
- 1 malaking sibuyas, pinong tinadtad
- 2 cloves ng bawang, tinadtad
- 1/2 tasa ng ng-latang artichoke na puso, quartepula (opsyonal)
- 1 kutsarita na mga sinulid ng safron
- 1 kutsarita pinausukang paprika
- Langis ng oliba
- Asin at paminta para lumasa
- Limon wedges, para sa paghahatid

MGA TAGUBILIN:

a) Mag-init ng masaganang ambon ng langis ng oliba sa isang paella pan o malaking kawali sa katamtamang init. Timplahan ng asin at paminta ang mga piraso ng manok, at kayumanggi ang mga ito sa lahat ng panig. Alisin at itabi.

b) Sa parehong kawali, idagdag ang sibuyas, berde beans, at bawang. Lutuin hanggang lumambot ang mga gulay. Haluin ang gadgad na kamatis at lutuin ng isa pang 2 mikulay ng nuweso.

c) Idagdag ang kanin, safron, at pinausukang paprika, pagpapakilos upang mabalot ang bigas sa mantika at ihalo sa mga gulay. Magluto ng 2 mikulay ng nuweso.

d) Ibalik ang manok sa kawali at ilagay ang sabaw. Timplahan ng asin at paminta. Pakuluan, pagkatapos ay bawasan ang apoy sa mahina at kumulo ng mga 20 mikulay ng nuweso, o hanggang sa maluto ang kanin at masipsip ang likido. Idagdag ang artichoke hearts sa huling 5 mikulay ng nuweso ng pagluluto.

e) Alisin mula sa init at hayaan itong umupo, natatakpan, sa loob ng 10 mikulay ng nuweso bago ihain. Ihain na may limon wedges sa gilid.

43. Gazpacho Andaluz (Malamig na Kamatis Sabaw)

MGA INGPULAIENTS:
- 2 lbs (900g) hinog na kamatis, halos tinadtad
- 1 pipino, binalatan at tinadtad
- 1 berngng paminta, tinadtad
- 1 sibuyas, tinadtad
- 2 cloves ng bawang
- 3 kutsarang sherry vinegar
- 1/2 tasa ng langis ng oliba
- Asin at paminta para lumasa
- Mga crouton at tinadtad na pinakuluang itlog para sa ngkorasyon

MGA TAGUBILIN:

a) Pagsamahin ang mga kamatis, pipino, kampanilya, sibuyas, at bawang sa isang blenngr o food processor. Haluin hanggang makinis.

b) Sa pamamagitan ng isang strainer, ibuhos ang pinaghalong gulay upang alisin ang mga balat at buto, kung nais para sa isang mas makinis na texture.

c) Haluin ang sherry vinegar, at dahan-dahang idagdag ang olive oil habang patuloy na hinahalo. Timplahan ng asin at paminta.

d) Palamigin sa refrigerator ng hindi bababa sa 2 oras, mas mabuti magdamag.

e) Ihain ang malamig, pinalamutian ng mga crouton at tinadtad na pinakuluang itlog.

44. Espanyol Kanin

MGA INGPULAIENTS:
- 1- 28 onsa lata ng diced o durog na mga kamatis
- 3 tasa ng anumang uri ng steamed long grain na puting bigas na niluto sa pakete
- 3 kutsarang canola o vegetable oil
- 1 hiniwa at nilinis na kampanilya
- 2 cloves ng sariwang bawang tinadtad
- 1/2 tasa ng pula wine o gulay o sabaw
- 2 kutsarang tinadtad na sariwang perehil
- 1/2 kutsarita tuyo oregano at tuyo basil
- asin, paminta, cayenne sa panlasa
- Palamuti: Grated Parmesan at Romano blenngd keso
- Gayundin, maaari kang magdagdag ng anumang natira: cubed steak, cubed pork chops, cubed manok o subukang gumamit ng durog na meatballs
- Opsyonal na mga gulay: cubed zucchini, hiniwang mushroom, shaved carrots, peas o anumang iba pang uri ng gulay na gusto mo.

MGA TAGUBILIN:
a) Magdagdag ng langis ng oliba, paminta, at bawang sa isang malaking kawali at lutuin ng 1 mikulay ng nuweso.
b) Idagdag ang diced o durog na kamatis, alak, at ang natitirang sangkap sa kawali.
c) Pakuluan ng 35 mikulay ng nuweso, o mas matagal pa kung nagdadagdag ka ng mas maraming gulay.
d) Kung gagamitin, magdagdag ng anumang inihandang karne at init ito sa sarsa ng mga 5 mikulay ng nuweso bago tupiin sa nilutong puting bigas.
e) Gayundin, kung gagamitin, ang karne ay luto na at kailangan lamang na i-warm up sa sarsa.
f) Upang ihain, sandok ang sarsa sa isang platter na may pinaghalong kanin at itaas na may gikulay ng nuwesay-gutay na keso at sariwang perehil.

45. Espanyol patatas salad

MGA INGPULAIENTS:
- 3 medium (16 oz) na patatas
- 1 malaking (3 oz) karot, diced
- 5 tablespoons shelled berde peas
- 2/3 tasa (4 oz) berngng beans
- 1/2 medium na sibuyas, tinadtad
- 1 maliit na pulang kampanilya paminta, tinadtad
- 4 cocktail gherkins, hiniwa
- 2 kutsarang baby capers
- 12 olibo na pinalamanan ng bagoong
- 1matigas na itlog, hiniwang manipis 2/3 tasa (5 fl. oz) mayonesa
- 1 kutsarang limon juice
- 1 kutsarita ng Dijon mustasa
- Ang sariwang giniling na itim na paminta, sa panlasa Tinadtad na sariwang perehil, upang palamutihan

MGA TAGUBILIN:
a) Lutuin ang mga patatas at karot sa bahagyang inasnan na tubig sa isang kasirola. Pakuluan, pagkatapos ay bawasan sa mahinang apoy at lutuin hanggang halos lumambot.
b) Idagdag ang mga gisantes at beans at kumulo, pagpapakilos paminsan-minsan, hanggang ang lahat ng mga gulay ay malambot. Alisan ng tubig ang mga gulay at ilagay ito sa isang plato upang ihain.
c) Sa isang malaking mixing mangkok, pagsamahin ang sibuyas, paminta, gherkins, baby capers, anchovy-stuffed olives, at mga piraso ng itlog.
d) Pagsamahin ang mayonesa, limon juice, at mustasa sa isang hiwalay na mangkok nang lubusan. Ibuhos ang halo na ito sa serving platter at haluing mabuti para mabalot ang lahat ng sangkap. Ihagis na may isang pakurot ng asin at paminta.
e) Palamigin pagkatapos palamutihan ng tinadtad na perehil.
f) Upang mapahusay ang lasa ng salad, hayaan itong umupo sa temperatura ng silid nang humigit-kumulang 1 oras bago ihain.

46. Espanyol Carbonara

MGA INGPULAIENTS:
- 1 maliit na chorizo diced
- 1 sibuyas na bawang pinong tinadtad
- 1 maliit na kamatis na diced
- 1 lata garbanzos
- dry seasonings: asin, chile flakes, oregano, fennel seed, star anise
- pimenton (paprika) para sa mga itlog
- extra virgin olive oil
- 2 itlog
- 4-6 oz. pasta
- magandang kalidad ng keso

MGA TAGUBILIN:

a) Sa isang maliit na halaga ng langis ng oliba, igisa ang bawang, kamatis, at chorizo sa loob ng ilang mikulay ng nuweso, pagkatapos ay magdagdag ng beans at likido at tuyo na mga panimpla. Pakuluan, pagkatapos ay bawasan ang init hanggang sa bumaba ang likido ng kalahati.

b) Pansamantala, pakuluan ang tubig ng pasta at ihanda ang mga itlog para dumulas sa kawali na may garbanzos at sa preheated oven. Para madagdagan ang lasa ng Espanyol, winisikan ko sila ng inihandang pampalasa mix at pimenton.

c) Ngayon ang perpektong sandali upang idagdag ang pasta sa kalngro habang ang kawali ay nasa oven at ang tubig ay kumukulo. Pareho silang dapat maging handa sa parehong sandali.

47. Mga bola-bola sa sarsa ng kamatis

MGA INGPULAIENTS:
- 2 kutsarang langis ng oliba
- 8 oz ground beef
- 1 tasa (2 oz) sariwang puting breadcrumb
- 2 kutsarang gadgad na Manchego o Parmesan keso
- 1 kutsarang kamatis paste
- 3 cloves ng bawang, tinadtad ng pinong
- 2 scallions, tinadtad ng pinong
- 2 kutsaritang tinadtad na sariwang thyme
- 1/2 kutsarita ng turmerik
- Asin at paminta para lumasa
- 2 tasa (16 oz) ng-latang plum kamatis, tinadtad
- 2 kutsarang pula wine
- 2 kutsarita tinadtad na sariwang dahon ng basil
- 2 kutsarita tinadtad na sariwang rosemary

MGA TAGUBILIN:
a) Pagsamahin ang karne ng baka, breadcrumbs, keso, kamatis paste, bawang, scallion, itlog, thyme, turmeric, asin, at paminta sa isang mixing mangkok.
b) Bumuo ng timpla sa 12 hanggang 15 firm na bola gamit ang iyong mga kamay.
c) Sa isang kawali, init ang langis ng oliba sa medium-high heat. Magluto ng ilang mikulay ng nuweso, o hanggang ang mga bola-bola ay maging kayumanggi sa lahat ng panig.
d) Sa isang malaking mangkok ng paghahalo, pagsamahin ang mga kamatis, alak, basil, at rosemary. Magluto, paminsan-minsang pagpapakilos, para sa mga 20 mikulay ng nuweso, o hanggang sa maluto ang mga bola-bola.
e) Sagana ang asin at paminta, pagkatapos ay ihain kasama ng blanched rapini, spaghetti, o tinapay.

48. Puti sitawSabaw

MGA INGPULAIENTS:
- 1 tinadtad na sibuyas
- 2 tbsp. langis ng oliba
- 2 tinadtad na tangkay ng kintsay
- 3 tinadtad na sibuyas ng bawang
- 4 na tasa ng ng-latang cannellini beans
- 4 tasang sabaw ng manok
- Asin at paminta para lumasa
- 1 tsp sariwang rosemary
- 1 tasa ng broccoli florets
- 1 tbsp. langis ng truffle
- 3 tbsp. gadgad na keso ng parmesan

MGA TAGUBILIN:
a) Sa isang malaking kawali, painitin ang mantika.
b) Magluto ng kintsay at sibuyas ng mga 5 mikulay ng nuweso sa isang kawali.
c) Idagdag ang bawang at ihalo upang pagsamahin. Magluto ng isa pang 30 segundo.
d) Ihagis ang beans, 2 tasang sabaw ng manok, rosemary, asin, at paminta, pati na rin ang broccoli.
e) Pakuluan ang likido at pagkatapos ay bawasan sa mababang init sa loob ng 20 mikulay ng nuweso.
f) Haluin ang sopas gamit ang iyong hand blenngr hanggang sa maabot nito ang nais na kinis.
g) Bawasan ang init sa mababang at iwiwisik ang truffle oil.
h) Ilagay ang sopas sa mga pinggan at budburan ng Parmesan keso bago ihain.

49. Fabada Asturiana (Asturian SitawStew)

MGA INGPULAIENTS:
- 1 lb (450g) dried fabes (Asturian beans) o malalaking puti beans, ibinabad magdamag
- 1/2 lb (225g) chorizo sausage, hiniwa
- 1/2 lb (225g) morcilla (blood sausage), hiniwa
- 1/4 lb (115g) asin na baboy o bakasama, diced
- 1 sibuyas, tinadtad
- 2 cloves ng bawang, tinadtad
- 1 kutsarita pinausukang paprika
- 2 dahon ng bay
- Langis ng oliba
- Asin sa panlasa

MGA TAGUBILIN:
a) Alisan ng tubig ang babad na beans at ilagay sa isang malaking palayok. Takpan ng sariwang tubig, mga 2 pulgada sa itaas ng beans.
b) Idagdag sa kalngro ang chorizo, morcilla, asin na baboy, sibuyas, bawang, pinausukang paprika, at bay dahon.
c) Pakuluan, pagkatapos ay bawasan ang apoy sa mababang. Dahan-dahang kumulo sa loob ng 2-3 oras, o hanggang sa lumambot ang sitaw at lumapot ang nilagang. Magdagdag ng mas maraming tubig kung kinakailangan sa panahon ng pagluluto upang panatilihing natatakpan ang beans.
d) Timplahan ng asin ayon sa panlasa. Alisin ang bay leaves bago ihain.
e) Ihain nang mainit, na sinamahan ng magaspang na tinapay para sa masaganang pagkain.

50. Manok Marsala

MGA INGPULAIENTS:
- ¼ tasa ng harina
- Asin at paminta para lumasa
- ½ tsp. thyme
- 4 na walang buto na suso ng manok , binatukan
- ¼ tasang mantikilya
- ¼ tasa ng langis ng oliba
- 2 tinadtad na sibuyas ng bawang
- 1 ½ tasang hiniwang mushroom
- 1 diced maliit na sibuyas
- 1 tasa ng marsala
- ¼ tasa kalahati at kalahati o mabigat na krema

MGA TAGUBILIN:
a) Sa isang mangkok ng paghahalo, pagsamahin ang harina, asin, paminta, at thyme.
b) Sa isang hiwalay na mangkok, i-dpulage ang mga dibdib ng manok sa pinaghalong.
c) Sa isang malaking kawali, matunaw ang mantikilya at mantika.
d) Magluto ng bawang sa loob ng 3 mikulay ng nuweso sa isang kawali.
e) Ihagis ang manok at lutuin ng 4 na mikulay ng nuweso sa bawat panig.
f) Sa isang kawali, pagsamahin ang mga mushroom, sibuyas, at marsala.
g) Lutuin ang manok sa loob ng 10 mikulay ng nuweso sa mahinang apoy.
h) Ilipat ang manok sa isang serving plate.
i) Paghaluin ang kalahati at kalahati o mabigat na krema. Pagkatapos, habang nagluluto nang mataas sa loob ng 3 mikulay ng nuweso, ihalo palagi.
j) Hugasan ang manok ng sarsa.

51. Manok Fettuccini Alfpulao

MGA INGPULAIENTS:
- 1 lb. fettuccine pasta
- 6 na walang buto, walang balat na mga suso ng manok, magandang gupitin sa mga cube ¾ tasa ng mantikilya, hinati
- 5 tinadtad na sibuyas ng bawang
- 1 tsp. thyme
- 1 tsp. oregano
- 1 hiniwang sibuyas
- 1 tasang hiniwang mushroom
- ½ tasang harina
- Asin at paminta para lumasa
- 3 tasang buong gatas
- 1 tasang mabigat na krema
- ¼ tasang gadgad na gruyere na keso
- ¾ tasa gadgad na parmesan keso

MGA TAGUBILIN:
a) Painitin muna ang oven sa 350°F at lutuin ang pasta ayon sa package **INSTRUCTIONS:**, mga 10 mikulay ng nuweso.
b) Sa isang kawali, tunawin ang 2 kutsarang mantikilya at idagdag ang mga cube ng manok, bawang, thyme, at oregano, na lutuin nang mahina sa loob ng 5 mikulay ng nuweso, o hanggang sa hindi na kulay rosas ang manok. Alisin ang .
c) Sa parehong kawali, tunawin ang natitirang 4 na kutsarang mantikilya at igisa ang sibuyas at mushroom.
d) Paghaluin ang harina, asin, at paminta sa loob ng 3 mikulay ng nuweso.
e) Idagdag ang mabigat na krema at gatas. Haluin ng isa pang 2 mikulay ng nuweso.
f) Haluin ang keso sa loob ng 3 mikulay ng nuweso sa mababang init.
g) Ibalik ang manok sa kawali at timplahan ng panlasa.
h) Magluto ng 3 mikulay ng nuweso sa mababang init.
i) Ibuhos ang sarsa sa pasta.

52. Diavolo Pagkaing dagat hapunan

MGA INGPULAIENTS:
- 1lb. malaking binalatan at ngveined na hipon
- ½ lb. seased kabibis
- 3 tbsp. langis ng oliba
- ½ tsp. pulang paminta flakes
- Asin sa panlasa
- 1 hiniwang maliit na sibuyas
- ½ tsp. thyme
- ½ tsp. oregano
- 2 dinurog na anchovy fillet
- 2 tbsp. kamatis paste
- 4 na tinadtad na sibuyas ng bawang
- 1 tasang puting alak
- 1 tsp. limon juice
- 2 ½ tasang diced na kamatis
- 5 tbsp. perehil

MGA TAGUBILIN:
a) Sa isang mixing dish, pagsamahin ang hipon, kabibis, olive oil, pula paminta flakes, at asin.
b) Painitin muna ang kawali sa 350°F. Sa loob ng 3 mikulay ng nuweso, igisa ang seafood sa isang layer. Ito ay isang bagay na maaaring gawin sa mga bungkos.
c) Ilagay ang hipon at kabibis sa isang serving plate.
d) Painitin muli ang kawali.
e) Sa loob ng 2 mikulay ng nuweso, igisa ang sibuyas, herbs, anchovy fillet, at kamatis paste.
f) Pagsamahin ang alak, limon juice, at diced kamatises sa isang mixing mangkok.
g) Pakuluan ang likido.
h) Itakda ang temperatura sa mababang antas. Magluto ng 15 mikulay ng nuweso pagkatapos nito.
i) Ibalik ang seafood sa kawali, kasama ang perehil.
j) Magluto ng 5 mikulay ng nuweso sa mababang init.

53. Linguine at Hipon Scampi

MGA INGPULAIENTS:
- 1 pakete ng linguine pasta
- ¼ tasang mantikilya
- 1 tinadtad na pulang kampanilya paminta
- 5 tinadtad na sibuyas ng bawang
- 45 hilaw na malalaking hipon na binalatan at na-ngvein ½ tasang tuyong puting alak ¼ tasa ng sabaw ng manok
- 2 tbsp. limon juice
- ¼ tasa ng mantikilya
- 1 tsp. dinurog na pula paminta flakes
- ½ tsp. safron
- ¼ tasa tinadtad na perehil
- Asin sa panlasa

MGA TAGUBILIN:
a) Iluto ang pasta ayon sa package **INSTRUCTIONS:** , na dapat tumagal ng humigit-kumulang 10 mikulay ng nuweso.
b) Alisan ng tubig ang tubig at itabi.
c) Sa isang malaking kawali, matunaw ang mantikilya.
d) Lutuin ang bell pamintas at bawang sa isang kawali sa loob ng 5 mikulay ng nuweso.
e) Idagdag ang hipon at ipagpatuloy ang paggisa ng isa pang 5 mikulay ng nuweso.
f) Alisin ang hipon sa isang platter, ngunit panatilihin ang bawang at paminta sa kawali.
g) Pakuluan ang puti wine, sabaw, at limon juice.
h) Ibalik ang hipon sa kawali na may isa pang 14 na tasa ng mas mahusay.
i) Idagdag ang pula paminta flakes, safron, at perehil, at timplahan ng asin ayon sa panlasa.
j) Pakuluan ng 5 mikulay ng nuweso pagkatapos ihagis kasama ng pasta.

54. Hipon na may Pesto Krema Sarsa

MGA INGPULAIENTS:
- 1 pakete ng linguine pasta
- 1 tbsp. langis ng oliba
- 1 tinadtad na sibuyas
- 1 tasang hiniwang mushroom
- 6 tinadtad na sibuyas ng bawang
- ½ tasang mantikilya
- Asin at paminta para lumasa
- ½ tsp. cayenne paminta
- 1 3/4 tasa ng gadgad na Pecorino Romano
- 3 tbsp. harina
- ½ tasang mabigat na krema
- 1 tasang pesto
- 1 lb. nilutong hipon, binalatan at hiniwa

MGA TAGUBILIN:
a) Iluto ang pasta ayon sa package **INSTRUCTIONS:** , na dapat tumagal ng humigit-kumulang 10 mikulay ng nuweso. Alisan ng tubig.
b) Sa isang kawali, init ang mantika at lutuin ang sibuyas at mushroom sa loob ng 5 mikulay ng nuweso.
c) Magluto ng 1 mikulay ng nuweso pagkatapos haluin ang bawang at mantikilya.
d) Sa isang kawali, ibuhos ang mabigat na krema at timplahan ng asin, paminta, at cayenne paminta.
e) Kumulo para sa isa pang 5 mikulay ng nuweso.
f) Idagdag ang keso at ihalo upang pagsamahin. Patuloy na kumulo hanggang sa matunaw ang keso.
g) Pagkatapos, para lumapot ang sarsa, ihalo ang harina.
h) Magluto ng 5 mikulay ng nuweso kasama ang pesto at hipon.
i) Pahiran ng sarsa ang pasta.

55. Isda at Chorizo Sabaw

MGA INGPULAIENTS:
- 2 ulo ng isda (ginagamit sa pagluluto ng stock ng isda)
- 500g fillet ng isda , gupitin sa mga piraso
- 1 sibuyas
- 1 sibuyas na bawang
- 1 tasang puting alak
- 2 tbsp. langis ng oliba
- 1 dakot na perehil (tinadtad)
- 2 tasang stock ng isda
- 1 dakot oregano (tinadtad)
- 1 tbsp. asin
- 1 tbsp. paminta
- 1 kintsay
- 2 lata kamatis (kamatis)
- 2 pulang sili
- 2 chorizo sausage
- 1 tbsp. paprika
- 2 dahon ng bay

MGA TAGUBILIN:

a) Linisin ang ulo ng isda. Dapat tanggalin ang mga hasang. Timplahan ng asin. Magluto ng 20 mikulay ng nuweso sa mababang temperatura. Alisin sa equation.

b) Sa isang kawali, ibuhos ang langis ng oliba. Pagsamahin ang sibuyas, bay leaves, bawang, chorizo, at paprika sa isang malaking mixing mangkok. 7 mikulay ng nuweso sa oven

c) Sa isang malaking mixing mangkok, pagsamahin ang pulang sili, kamatis, kintsay, paminta, asin, oregano, stock ng isda, at puting alak.

d) Magluto ng kabuuang 10 mikulay ng nuweso.

e) Ihagis ang isda. 4 mikulay ng nuweso sa oven

f) Gamitin ang kanin bilang sing dish.

g) Magdagdag ng perehil bilang isang palamuti.

h) Disfrutar!!!

56. Espanyol na Ratatouille

MGA INGPULAIENTS:
- 1 pulang kampanilya paminta (hiwain)
- 1 katamtamang laki ng sibuyas (hiniwa o tinadtad)
- 1 sibuyas na bawang
- 1 Zucchini (tinadtad)
- 1 berngng paminta (hiwain)
- 1 tbsp. asin
- 1 tbsp. paminta
- 1 lata kamatis (tinadtad)
- 3 tbsp. langis ng oliba
- 1 splash ng Puti wine
- 1 dakot ng sariwang Parsley

MGA TAGUBILIN:
a) Sa isang kawali, ibuhos ang langis ng oliba.
b) Ihagis ang mga sibuyas. Payagan ang 4 na mikulay ng nuweso ng oras ng pagprito sa katamtamang init.
c) Ihagis ang bawang at paminta. Hayaang magprito ng isa pang 2 mikulay ng nuweso.
d) Ihagis ang zucchini, kamatis, puti wine, at timplahan ng asin at paminta ayon sa panlasa.
e) Magluto ng 30 mikulay ng nuweso o hanggang maluto.
f) Palamutihan ng perehil, kung ninanais.
g) Ihain kasama ng kanin o toast bilang sing dish.
h) Enjoy!!!

57. Sitawat Chorizo nilagang

MGA INGPULAIENTS:
- 1 karot (hiwain)
- 3 tbsp. langis ng oliba
- 1 medium-sized na sibuyas
- 1 pulang kampanilya paminta
- 400g pinatuyong fabes beans
- 300 gramo ng Chorizo sausage
- 1 berngng paminta
- 1 tasang perehil (tinadtad)
- 300g kamatis (hiwain)
- 2 tasang stock ng manok
- 300 gramo ng hita ng manok (fillet)
- 6 na butil ng bawang
- 1 katamtamang laki ng patatas (diced)
- 2 tbsp. thyme
- 2 tbsp. asin sa panlasa
- 1 tbsp. paminta

MGA TAGUBILIN:
a) Sa isang kawali, ibuhos ang langis ng gulay. Ihagis ang sibuyas. Payagan ang 2 mikulay ng nuweso ng oras ng pagprito sa katamtamang init.
b) Sa isang malaking mangkok ng paghahalo, pagsamahin ang bawang, karot, kampanilya, chorizo, at mga hita ng manok. Maglaan ng 10 mikulay ng nuweso para sa pagluluto.
c) Ihagis ang thyme, stock ng manok, beans, patatas, kamatis, perehil, at timplahan ng asin at paminta ayon sa panlasa.
d) Magluto ng 30 mikulay ng nuweso, o hanggang sa lumambot ang sitaw at lumapot ang nilagang.

58. Gazpacho

MGA INGPULAIENTS:
- 2 pounds hinog na mga kamatis, tinadtad
- 1 pulang kampanilya paminta (hiwain)
- 2 siwang bawang (giniling)
- 1 tbsp. asin
- 1 tbsp. paminta
- 1 tbsp. kumin (lupa)
- 1 tasang pulang sibuyas (tinadtad)
- 1 malaking laki ng paminta ng Jalapeno
- 1 tasa ng langis ng oliba
- 1 kalamansi 1 katamtamang laki ng pipino
- 2 tbsp. suka
- 1 tasang kamatis (juice)
- 1 tbsp. Worcestershire sarsa
- 2 tbsp. sariwang basil (hiniwa)
- 2 hiwa ng tinapay

MGA TAGUBILIN:
a) Sa isang mangkok ng paghahalo, pagsamahin ang pipino, kamatis, paminta, sibuyas, bawang, jalapeño, asin, at kumin. Paghaluin ang lahat nang lubusan.
b) Sa isang blenngr, pagsamahin ang olive oil, suka, Worcestershire sarsa, lime juice, kamatis juice, at tinapay. Haluin hanggang ang timpla ay ganap na makinis.
c) Isama ang pinaghalo sa orihinal na timpla gamit ang isang salaan.
d) Siguraduhing ganap na pagsamahin ang lahat.
e) I-scoop ang kalahati ng pinaghalong sa blenngr at katas ito. Haluin hanggang ang timpla ay ganap na makinis.
f) Ibalik ang pinaghalong timpla sa natitirang pinaghalong. Paghaluin ang lahat nang lubusan.
g) Palamigin ang mangkok sa loob ng 2 oras pagkatapos itong takpan.
h) Pagkatapos ng 2 oras, alisin ang mangkok. Timplahan ng asin at paminta ang timpla. Budburan ang basil sa ibabaw ng ulam.
i) maglingkod.
j) Disfrutar!!!

59. Pusit at Bigas

MGA INGPULAIENTS:
- 6 oz. seafood (alinman sa iyong pinili)
- 3 siwang bawang
- 1 medium-sized na sibuyas (hiniwa)
- 3 tbsp. langis ng oliba
- 1 berngng paminta (hiniwa)
- 1 tbsp. tinta ng pusit
- 1 bungkos ng perehil
- 2 tbsp. paprika
- 550-gramo na pusit (nilinis na)
- 1 tbsp. asin
- 2 kintsay (hiwain)
- 1 sariwang dahon ng bay
- 2 medium-sized na kamatis (gadgad)
- 300 gramo ng bigas ng calasparra
- 125ml puting alak
- 2 tasang stock ng isda
- 1 limon

MGA TAGUBILIN:
a) Sa isang kawali, ibuhos ang langis ng oliba. Pagsamahin ang sibuyas, bay leaf, paminta, at bawang sa isang mixing mangkok. Hayaang magprito ng ilang mikulay ng nuweso.
b) Ihagis ang pusit at pagkaing-dagat. Lutuin ng ilang mikulay ng nuweso, pagkatapos ay tanggalin ang pusit/seafood.
c) Sa isang malaking mangkok ng paghahalo, pagsamahin ang paprika, kamatis, asin, kintsay, alak, at perehil. Maglaan ng 5 mikulay ng nuweso para matapos ang mga gulay sa pagluluto.
d) Ihagis ang binanlawan na kanin sa kawali. Pagsamahin ang stock ng isda at squid ink sa isang mixing mangkok.
e) Magluto ng kabuuang 10 mikulay ng nuweso. Pagsamahin ang seafood at pusit sa isang malaking mixing mangkok.
f) Magluto ng 5 mikulay ng nuweso pa.
g) Ihain kasama ng aioli o limon.

60. Nilagang kuneho sa Tomato

MGA INGPULAIENTS:
- 1 buong kuneho , hiwa-hiwain
- 1 dahon ng bay
- 2 malalaking sibuyas
- 3 siwang bawang
- 2 tbsp. langis ng oliba
- 1 tbsp. matamis na paprika
- 2 sprigs sariwang rosemary
- 1 lata kamatis
- 1 sanga ng thyme
- 1 tasang puting alak
- 1 tbsp. asin
- 1 tbsp. paminta

MGA TAGUBILIN:
a) Sa isang kawali, init ang langis ng oliba sa medium-high heat.
b) Painitin muna ang mantika at idagdag ang mga rabbit chunks. Iprito hanggang sa maging pantay na kayumanggi ang mga piraso.
c) Alisin ito kapag natapos na.
d) Idagdag ang mga sibuyas at bawang sa parehong kawali. Lutuin hanggang sa ganap itong malambot.
e) Sa isang malaking mixing mangkok, pagsamahin ang thyme, paprika, rosemary, asin, paminta, kamatis, at bay leaf. Maglaan ng 5 mikulay ng nuweso para sa pagluluto.
f) Ihagis ang mga tipak ng kuneho kasama ng alak. Lutuin, takpan, sa loob ng 2 oras, o hanggang maluto ang mga tipak ng kuneho at lumapot ang sarsa.
g) Ihain kasama ng pritong patatas o toast.

61. Hipon na may haras

MGA INGPULAIENTS:
- 1 tbsp. asin
- 1 tbsp. paminta
- 2 clove na bawang (hiniwa)
- 2 tbsp. langis ng oliba
- 4 tbsp. manzanilla sherry
- 1 haras bombilya
- 1 dakot na tangkay ng perehil
- 600g cherry kamatises
- 15 malalaking hipon , binalatan
- 1 tasa ng puting alak

MGA TAGUBILIN:
a) Sa isang malaking kasirola, painitin ang mantika. Ilagay ang mga ginupit na clove ng bawang sa isang mangkok. Hayaang magprito hanggang sa maging golngn brown ang bawang.
b) Idagdag ang haras at perehil sa pinaghalong. Magluto ng 10 mikulay ng nuweso sa mababang init.
c) Sa isang malaking mixing mangkok, pagsamahin ang mga kamatis, asin, paminta, sherry, at alak. Pakuluan ng 7 mikulay ng nuweso, o hanggang lumapot ang sarsa.
d) Ilagay ang binalatan na hipon sa ibabaw. Lutuin sa loob ng 5 mikulay ng nuweso, o hanggang sa maging pink ang mga hipon.
e) Palamutihan ng isang pagwiwisik ng mga dahon ng perehil.
f) Ihain kasama ng isang gilid ng tinapay.

NGSSERT

62. Flan ng Leche (Flan ng Espanyol)

MGA INGPULAIENTS:
- 1 tasang asukal (para sa karamelo)
- 6 malalaking itlog
- 1 14-ounce na lata ng matamis na kasamangnsed milk
- 1 12-ounce na evaporated milk
- 1 kutsarang vanilla extract

MGA TAGUBILIN:
a) Painitin ang oven sa 350°F (175°C). Magsimula sa paggawa ng karamelo. Sa isang katamtamang kasirola sa katamtamang mababang init, tunawin ang asukal hanggang sa ito ay ginintuang. Maingat na ibuhos ang mainit na karamelo sa isang bilog na baking dish, paikot-ikot upang mabalot ang ilalim.
b) Sa isang blenngr, pagsamahin ang mga itlog, kasamangnsed milk, evaporated milk, at vanilla extract. Haluin hanggang makinis.
c) Ibuhos ang pinaghalong itlog sa karamelo sa baking dish. Ilagay ang ulam na ito sa isang mas malaking baking pan at magdagdag ng mainit na tubig sa panlabas na kawali (halos kalahati sa mga gilid ng flan dish).
d) Maghurno sa preheated oven para sa mga 60 mikulay ng nuweso, o hanggang sa set. Hayaang lumamig, pagkatapos ay palamigin nang hindi bababa sa 4 na oras.
e) Upang maglingkod, magpatakbo ng kutsilyo sa paligid ng mga gilid ng flan, at baligtarin sa isang plato. Daloy ang caramel sarsa sa ibabaw ng flan.

63. Tarta ng Santiago (Almond Keik)

MGA INGPULAIENTS:
- 2 tasang giniling na almendras
- 1 tasang asukal
- 4 na itlog
- Sarap ng 1 limon
- 1 kutsarita ng giniling na kanela
- Powngpula sugar para sa pag-aalis ng alikabok
- Opsyonal: 1/2 kutsarita almond extract

MGA TAGUBILIN:
a) Painitin muna ang iyong hurno sa 350°F (175°C) at lagyan ng mantika ang isang 8 o 9-pulgadang bilog na kawali ng keik, nilagyan ito ng parchment paper.

b) Sa isang malaking mangkok, paghaluin ang mga giniling na almendras, asukal, limon zest, at kanela.

c) Talunin ang mga itlog sa isang hiwalay na mangkok hanggang sa mabula. I-fold ang mga itlog sa almond mixture hanggang sa maayos na pinagsama. Magdagdag ng almond extract kung gagamitin.

d) Ibuhos ang batter sa inihandang kawali at maghurno ng mga 25-30 mikulay ng nuweso, o hanggang malinis ang isang toothpick na ipinasok sa gitna.

e) Hayaang lumamig ang keik sa kawali bago ito ilipat sa wire rack. Kapag lumamig, lagyan ng powngpula sugar. Ayon sa kaugalian, ang isang krus ng St. James (Cruz ng Santiago) ay naka-istensil sa gitna.

64. Keso Galette kasama si Salami

MGA INGPULAIENTS:
- 130 g mantikilya
- 300 g harina
- 1 kutsarita ng asin
- 1 itlog
- 80 ML ng gatas
- 1/2 kutsarita ng suka
- pagpuno:
- 1 kamatis
- 1 matamis na paminta
- zucchini
- salami
- mozzarella
- 1 tbsp. langis ng oliba
- herbs (tulad ng thyme, basil, spinach)

MGA TAGUBILIN:
a) Cube up ang mantikilya.
b) Sa isang mangkok o kawali, pagsamahin ang mantika, harina, at asin at i-chop gamit ang kutsilyo.
c) Ihagis ang isang itlog, ilang suka, at ilang gatas.
d) Simulan ang pagmamasa ng kuwarta. Palamigin sa loob ng kalahating oras pagkatapos igulong ito sa isang bola at balutin ito ng plastic balutin.
e) Gupitin ang lahat ng mga sangkap ng pagpuno.
f) Ilagay ang pagpuno sa gitna ng isang malaking bilog ng kuwarta na inilabas sa baking parchment (maliban sa Mozzarella).
g) Ibuhos ang langis ng oliba at timplahan ng asin at paminta.
h) Pagkatapos ay maingat na iangat ang mga gilid ng kuwarta, balutin ang mga ito sa magkasanib na mga seksyon, at bahagyang pindutin ang mga ito.
i) Painitin ang oven sa 200°C at maghurno ng 35 mikulay ng nuweso. Idagdag ang mozzarella sampung mikulay ng nuweso bago matapos ang oras ng pagluluto at ipagpatuloy ang pagluluto.
j) Ihain kaagad!

65. Kremay na Ricotta Pie

MGA INGPULAIENTS:
- 1 pie crust na binili sa tindahan
- 1 ½ lb. ricotta keso
- ½ tasa ng mascarpone keso
- 4 na pinalo na itlog
- ½ tasang puting asukal
- 1 tbsp. brandy

MGA TAGUBILIN:
a) Painltln ang hurno sa 350 nggrees Fahrenheit.
b) Pagsamahin ang lahat ng mga filling ingpulaients sa isang mixing mangkok. Pagkatapos ay ibuhos ang timpla sa crust.
c) Painitin ang oven sa 350°F at maghurno ng 45 mikulay ng nuweso.
d) Palamigin ang pie nang hindi bababa sa 1 oras bago ihain.

66. Anisette Cookies

MGA INGPULAIENTS:
- 1 tasang asukal
- 1 tasang mantikilya
- 3 tasang harina
- ½ tasang gatas
- 2 pinalo na itlog
- 1 tbsp. baking powngr
- 1 tbsp. katas ng almond
- 2 tsp. anisette liqueur
- 1 tasa ng asukal sa mga kasamafectioner

MGA TAGUBILIN:
a) Painitin ang hurno sa 375 nggrees Fahrenheit.
b) Pagsamahin ang asukal at mantikilya hanggang sa liwanag at malambot.
c) Isama ang harina, gatas, itlog, baking powngr, at almond extract nang paunti-unti.
d) Masahin ang kuwarta hanggang sa ito ay maging malagkit.
e) Gumawa ng maliliit na bola mula sa 1-pulgadang haba ng mga piraso ng kuwarta.
f) Painitin muna ang oven sa 350°F at lagyan ng grasa ang isang baking sheet. Ilagay ang mga bola sa baking sheet.
g) Painitin muna ang oven sa 350°F at i-bake ang cookies sa loob ng 8 mikulay ng nuweso.
h) Pagsamahin ang anisette liqueur, kasamafectioner's sugar, at 2 kutsarang mainit na tubig sa isang mixing mangkok.
i) Panghuli, isawsaw ang cookies sa glaze habang mainit pa ang mga ito.
j)

67. Caramel Flan

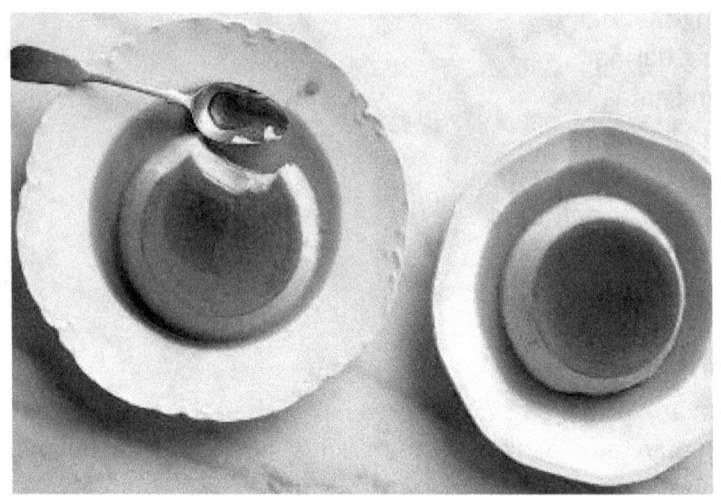

MGA INGPULAIENTS:
- 1 tbsp. vanilla extract
- 4 na itlog
- 2 lata ng gatas (1 evaporated at 1 sweetened kasamangnsed)
- 2 tasang paghagupit krema
- 8 tbsp. asukal

MGA TAGUBILIN:
a) Painitin muna ang oven sa 350 nggrees Fahrenheit.
b) Sa isang nonstick pan, tunawin ang asukal sa katamtamang init hanggang sa ginintuang.
c) Ibuhos ang liquefied sugar sa isang baking pan habang ito ay mainit pa.
d) Sa isang mixing dish, basagin at talunin ang mga itlog. Pagsamahin ang kasamangnsed milk, vanilla extract, krema, at sweetened milk sa isang mixing mangkok. Gumawa ng isang masinsinang halo.
e) Ibuhos ang batter sa tinunaw na sugar-coated baking pan. Ilagay ang kawali sa mas malaking kawali na may 1 pulgadang tubig na kumukulo.
f) B ake para sa 60 mikulay ng nuweso.

68. Catalan Krema

MGA INGPULAIENTS:
- 4 na pula ng itlog
- 1 kanela (stick)
- 1 limon (zest)
- 2 tbsp. gawgaw
- 1 tasang asukal
- 2 tasang gatas
- 3 tasang Sariwang Prutas (berries o igos)

MGA TAGUBILIN:
a) Sa isang kawali, haluin ang mga pula ng itlog at isang malaking bahagi ng asukal. Haluin hanggang sa mabula at makinis ang timpla.
b) Idagdag ang cinnamon stick na may limon zest. Gumawa ng isang masinsinang halo.
c) Paghaluin ang gawgaw at gatas. Sa mababang init, haluin hanggang sa lumapot ang timpla.
d) Alisin ang palayok sa oven. Hayaang lumamig ng ilang mikulay ng nuweso.
e) Ilagay ang timpla sa ramekin at itabi.
f) Itabi nang hindi bababa sa 3 oras sa refrigerator.
g) Kapag handa nang ihain, ibuhos ang natitirang asukal sa mga ramekin.
h) Ilagay ang mga ramekin sa ilalim na istante ng boiler. Hayaang matunaw ang asukal hanggang sa maging golngn brown ang kulay.
i) Bilang isang palamuti, ihain kasama ng mga prutas.

69.Orange-limon Espanyol krema

MGA INGPULAIENTS:
- 4½ kutsarita Plain gelatine
- ½ tasa katas ng kahel
- ¼ tasa Limon juice
- 2 tasa Gatas
- 3 Mga itlog, pinaghiwalay
- ⅔ tasa Asukal
- Kurot ng asin
- 1 kutsara Grated orange na balat

MGA TAGUBILIN:

a) Paghaluin ang gelatine, orange juice, at limon juice at itabi ng 5 mikulay ng nuweso.

b) Pakuluan ang gatas at ihalo ang mga yolks, asukal, asin, at balat ng orange.

c) Magluto sa isang double boiler hanggang sa masakop nito ang likod ng isang kutsara (sa sobrang init, hindi tubig na kumukulo).

d) Pagkatapos nito, idagdag ang gelatine mixture. Malamig.

e) Magdagdag ng stiffly beaten egg putis sa mixture.

f) Palamigin hanggang itakda.

70.D runken melon

MGA INGPULAIENTS:
- Para sa ulam Isang seleksyon ng 3 hanggang 6 na iba't ibang Espanyol keso
- 1 Bote port ng alak
- 1 Melon, inalis ang tuktok at ng seed ed

MGA TAGUBILIN:
a) Isa hanggang tatlong araw bago ang hapunan, ibuhos ang port sa melon.
b) Palamigin sa refrigerator, natatakpan ng plastic balutin at pinalitan ang tuktok.
c) Alisin ang melon sa refrigerator at alisin ang balot at ibabaw kapag handa nang ihain.
d) Alisin ang port mula sa melon at ilagay ito sa isang mangkok.
e) Gupitin ang melon pagkatapos alisin ang balat. Ilagay ang mga piraso sa apat na magkakahiwalay na pinalamig na pinggan.
f) Ihain sa isang sing dish na may mga keso.

71. Isang lmond sorbet

MGA INGPULAIENTS:
- 1 tasa Mga pinatuyong almendras; toasted
- 2 tasa Spring water
- ¾ tasa Asukal
- 1 kurot kanela
- 6 na kutsara Banayad na mais syrup
- 2 kutsara Amaretto
- 1 kutsarita Sarap ng limon

MGA TAGUBILIN:
a) Sa isang food processor, gilingin ang mga almendras sa isang pulbos. Sa isang malaking kasirola, pagsamahin ang tubig, asukal, mais syrup, alak, zest, at cinnamon, pagkatapos ay idagdag ang mga giniling na mani.
b) Sa katamtamang init, patuloy na haluin hanggang sa matunaw ang asukal at kumulo ang pinaghalong. 2 mikulay ng nuweso sa isang pigsa
c) Itabi upang lumamig Gamit ang isang ice krema maker, ihalo ang timpla hanggang sa ito ay semi-frozen.
d) Kung wala kang gumagawa ng ice krema, ilipat ang pinaghalong sa isang mangkok na hindi kinakalawang na asero at i-freeze hanggang matigas, hinahalo tuwing 2 oras.

72. Espanyol mansanas torte

MGA INGPULAIENTS:
- ¼ libra mantikilya
- ½ tasa Asukal
- 1 Ang pula ng itlog
- 1½ tasa Sifted flour
- 1 gitling asin
- ⅛ kutsarita Baking powngr
- 1 tasa Gatas
- ½ balat ng limon
- 3 Pula ng itlog
- ¼ tasa Asukal
- ¼ tasa harina
- 1½ kutsara mantikilya
- ¼ tasa Asukal
- 1 kutsara Limon juice
- ½ kutsarita kanela
- 4 Mga mansanas, binalatan at hiniwa
- Mansanas; aprikot, o anumang jelly na pinili

MGA TAGUBILIN:

a) Painitin muna ang oven sa 350°F. Pagsamahin ang asukal at mantikilya sa isang mangkok ng paghahalo. Paghaluin ang natitirang mga sangkap hanggang sa mabuo ang isang bola.

b) Igulong ang kuwarta sa isang spring-form na pan o isang pie tin. Panatilihin sa refrigerator hanggang handa nang gamitin.

c) Pagsamahin ang limon juice, cinnamon, at asukal sa isang mixing mangkok. Ihagis kasama ang mga mansanas at ihagis sa amerikana. Ito ay isang bagay na maaaring gawin nang maaga.

d) Idagdag ang balat ng limon sa gatas. Pakuluan ang gatas, pagkatapos ay bawasan sa mababang init sa loob ng 10 mikulay ng nuweso. Samantala, sa isang mabigat na kawali, haluin ang mga pula ng itlog at asukal.

e) Kapag handa na ang gatas, dahan-dahang ibuhos ito sa yolk mixture habang patuloy na hinahalo sa mahinang apoy. Dahan-dahang ihalo ang harina habang hinahalo sa mahinang apoy.

f) Ipagpatuloy ang paghahalo ng halo hanggang sa ito ay makinis at makapal. Alisin ang kawali mula sa init. Dahan-dahang ihalo ang mantikilya hanggang matunaw.

g) Punan ang crust ng letseplan. Upang makagawa ng isa o dobleng layer, ilagay ang mga mansanas sa itaas. Ilagay ang torte sa isang 350°F na hurno sa loob ng humigit-kumulang 1 oras pagkatapos itong makumpleto.

h) Alisin at itabi para lumamig. Kapag ang mga mansanas ay sapat na upang mahawakan, painitin ang halaya na iyong pinili at ibuhos ito sa itaas.

i) Itabi ang halaya upang palamig. maglingkod.

73. Caramel letseplan

MGA INGPULAIENTS:
- ½ tasa Granulated sugar
- 1 kutsarita Tubig
- 4 Mga pula ng itlog o 3 buong itlog
- 2 tasa Gatas, pinaso
- ½ kutsarita Vanilla extract

MGA TAGUBILIN:
a) Sa isang malaking kawali, pagsamahin ang 6 na kutsarang asukal at 1 tasa ng tubig. Painitin sa mahinang apoy, nanginginig o umiikot paminsan-minsan gamit ang isang kahoy na kutsara upang maiwasang masunog, hanggang sa maging ginintuang ang asukal.
b) Ibuhos ang caramel syrup sa isang mababaw na baking dish (8x8 pulgada) o pie plate sa lalong madaling panahon. Hayaang lumamig hanggang matigas.
c) Painitin muna ang oven sa 325 nggrees Fahrenheit.
d) Talunin ang mga pula ng itlog o ang buong itlog nang sama-sama. Paghaluin ang gatas, vanilla extract, at ang natitirang asukal hanggang sa ganap na pinagsama.
e) Ibuhos ang pinalamig na karamelo sa itaas.
f) Ilagay ang baking dish sa isang mainit na paliguan ng tubig. Maghurno sa loob ng 1-112 oras, o hanggang maitakda ang gitna. Astig, cool, cool.
g) Upang maghatid, baligtarin sa isang serving plate nang may pag-iingat.

74. Espanyol kesokeik

MGA INGPULAIENTS:
- 1 libra Krema keso
- 1½ tasa Asukal; Butil-butil
- 2 itlog
- ½ kutsarita kanela; Lupa
- 1 kutsarita Balat ng limon; gadgad
- ¼ tasa Hindi pinaputi na harina
- ½ kutsarita asin
- 1 x Asukal ng mga Kasamafectioner
- 3 kutsara mantikilya

MGA TAGUBILIN:

a) Painitin ang hurno sa 400 nggrees Fahrenheit. Pagsamahin ang keso, 1 kutsarang mantikilya, at asukal sa isang malaking palanggana ng paghahalo. Huwag mag-thrash.

b) Idagdag ang mga itlog nang paisa-isa, matalo nang lubusan pagkatapos ng bawat karagdagan.

c) Pagsamahin ang cinnamon, limon rind, harina, at asin. Mantikilya ang kawali gamit ang natitirang 2 kutsara ng mantikilya, ipakalat ito nang pantay-pantay gamit ang iyong mga daliri.

d) Ibuhos ang batter sa inihandang kawali at maghurno sa 400 nggrees sa loob ng 12 mikulay ng nuweso, pagkatapos ay bumaba sa 350 nggrees at maghurno para sa isa pang 25 hanggang 30 mikulay ng nuweso. Ang kutsilyo ay dapat na walang anumang nalalabi.

e) Kapag ang keik ay lumamig sa temperatura ng silid, lagyan ng alikabok ito ng asukal ng mga kasamafectioner.

75. Espanyol fried letseplan

MGA INGPULAIENTS:
- 1 Cinnamon stick
- Balatan ng 1 limon
- 3 tasa Gatas
- 1 tasa Asukal
- 2 kutsara Galing ng mais
- 2 kutsarita kanela
- harina; para sa dpulaging
- Paghuhugas ng itlog
- Langis ng oliba; para sa pagprito

MGA TAGUBILIN:

a) Pagsamahin ang cinnamon stick, balat ng limon, 34 tasa ng asukal, at 212 tasa ng gatas sa isang palayok sa katamtamang init.

b) Pakuluan, pagkatapos ay bawasan sa mahinang apoy at lutuin ng 30 mikulay ng nuweso. Alisin ang balat ng limon at cinnamon stick. Pagsamahin ang natitirang gatas at gawgaw sa isang maliit na palanggana ng paghahalo.

c) Paikutin ng maigi. Sa isang mabagal, tuluy-tuloy na pag-agos, pukawin ang pinaghalong maisstarch sa pinainit na gatas. Pakuluan, pagkatapos ay bawasan sa mahinang apoy at lutuin ng 8 mikulay ng nuweso, madalas na paghahalo. Alisin sa apoy at ibuhos sa isang 8-pulgadang baking dish na nilagyan ng mantikilya.

d) Hayaang lumamig nang lubusan. Takpan at palamig hanggang ganap na lumamig. Gumawa ng 2-pulgadang tatsulok mula sa letseplan.

e) Pagsamahin ang natitirang 14 na tasa ng asukal at ang kanela sa isang mangkok ng paghahalo. Haluing mabuti. I-dpulage ang mga tatsulok sa harina hanggang sa ganap na matakpan.

f) Isawsaw ang bawat tatsulok sa egg wash at ibuhos ang anumang sobra. Ibalik ang mga letseplan sa harina at balutin nang lubusan.

g) Init ang mantika sa isang malaking kawali sa katamtamang init. Ilagay ang mga tatsulok sa mainit na mantika at iprito ng 3 mikulay ng nuweso, o hanggang kayumanggi sa magkabilang panig.

h) Alisin ang manok mula sa kawali at alisan ng tubig sa mga tuwalya ng papel. Ihagis ang pinaghalong cinnamon sugar at timplahan ng asin at paminta.

i) Ipagpatuloy ang natitirang mga tatsulok sa parehong paraan.

76. Espanyol kulay ng nuwes kendi

MGA INGPULAIENTS:
- 1 tasa Gatas
- 3 tasa Banayad na kayumanggi asukal
- 1 Tbsp. mantikilya
- 1 kutsarita Vanilla extract
- 1 libra karne ng walkulay ng nuwes; tinadtad

MGA TAGUBILIN:
a) Pakuluan ang gatas na may brown sugar hanggang sa mag-caramelize, pagkatapos ay ilagay ang mantikilya at vanilla essence bago ihain.
b) Bago alisin ang kendi mula sa apoy, idagdag ang mga walkulay ng nuwess.
c) Sa isang malaking mangkok ng paghahalo, pagsamahin nang husto ang mga mani at sandok ang timpla sa mga inihandang muffin lata.
d) Gupitin kaagad ang mga parisukat gamit ang isang matalim na kutsilyo.

77. Matamis ed puding

MGA INGPULAIENTS:
- ¼ tasa Walang asin na mantikilya
- 1½ tasa Gatas
- 2 malaki Itlog; pinalo ng mahina
- 6 na hiwa Puting tinapay ng bansa; napunit
- ½ tasa Malinaw; manipis na pulot, dagdag pa
- 1 kutsara Malinaw; manipis na pulot
- ½ tasa Mainit na tubig; plus
- 1 kutsara Mainit na tubig
- ¼ kutsarita Ground cinnamon
- ¼ kutsarita Vanilla

MGA TAGUBILIN:

a) Painitin muna ang oven sa 350 nggrees at gumamit ng kaunting mantikilya sa mantikilya ng 9-inch glass pie dish. Paghaluin ang gatas at mga itlog, pagkatapos ay idagdag ang mga piraso ng tinapay at i-coat ang mga ito nang pantay-pantay.

b) Iwanan ang tinapay na nakababad sa loob ng 15 hanggang 20 mikulay ng nuweso, baligtarin nang isa o dalawang beses. Sa isang malaking nonstick skillet, init ang natitirang mantikilya sa katamtamang init.

c) Iprito ang binabad na tinapay sa mantikilya hanggang sa ginintuang, mga 2 hanggang 3 mikulay ng nuweso sa bawat panig. Ilipat ang tinapay sa baking dish.

d) Sa isang mangkok, pagsamahin ang pulot at ang mainit na tubig at haluin hanggang ang timpla ay pantay na pinaghalo.

e) Ihalo ang kanela at banilya at ibuhos ang halo sa ibabaw at sa paligid ng tinapay.

f) Maghurno para sa mga 30 mikulay ng nuweso, o hanggang sa ginintuang kayumanggi.

78. Espanyol onion torte

MGA INGPULAIENTS:
- ½ kutsarita Langis ng oliba
- 1 litro mga sibuyas na Espanyol
- ¼ tasa Tubig
- ¼ tasa Pulang alak
- ¼ kutsarita Pinatuyong rosemary
- 250 gramo Patatas
- 3/16 tasa Natural na yogurt
- ½ kutsara Harina
- ½ Itlog
- ¼ tasa Parmesan keso
- ⅛ tasa Tinadtad na perehil

MGA TAGUBILIN:

a) Ihanda ang mga sibuyas na Espanyol sa pamamagitan ng manipis na paghiwa sa mga ito at lagyan ng rehas ang patatas at parmesan keso.

b) Sa isang heavy-bottomed na kawali, init ang mantika. Magluto, pagpapakilos paminsan-minsan, hanggang sa malambot ang mga sibuyas.

c) Pakuluan sa loob ng 20 mikulay ng nuweso, o hanggang ang likido ay sumingaw at ang mga sibuyas ay naging madilim-pulang kayumanggi na kulay.

d) Paghaluin ang rosemary, patatas, harina, yoghurt, itlog, at parmesan keso nang magkasama sa isang mixing mangkok. Ihagis ang mga sibuyas.

e) Sa isang well-greased 25cm ovenprong flan dish, ikalat ang mga sangkap nang pantay-pantay. Painitin ang hurno sa 200°C at maghurno sa loob ng 35-40 mikulay ng nuweso, o hanggang sa ginintuang kayumanggi.

f) Palamutihan ng perehil bago hiwain at ihain.

79. Espanyol pan soufflé

MGA INGPULAIENTS:
- 1 Kahon ng Espanyol Quick Brown Kanin
- 4 Mga itlog
- 4 onsa Tinadtad na berngng sili
- 1 tasa Tubig
- 1 tasa Grated na keso

MGA TAGUBILIN:

a) Sundin ang packaging **INSTRUCTIONS:** para sa pagluluto ng mga nilalaman ng kahon.

b) Kapag tapos na ang kanin, haluin ang mga natitirang sangkap , hindi kasama ang keso.

c) Ibabaw ng grated keso at maghurno sa 325°F sa loob ng 30-35 mikulay ng nuweso.

d)

MGA INUMAN

80. Rum at Luya

MGA INGPULAIENTS:
- 50ml Bacardi rum
- 100ml Ginger beer
- 2 hiwa ng kalamansi
- 2 gitling Angostura bitters
- 1 sprig ng mint

MGA TAGUBILIN:
a) Magdagdag ng yelo sa isang baso.
b) Magdagdag ng Lime juice, rum, ginger beer, at bitters .
c) Dahan-dahang ihalo ang mga sangkap.
d) Palamutihan ng hiwa ng kalamansi at dahon ng mint.
e) maglingkod.

81. Espanyol Sangria

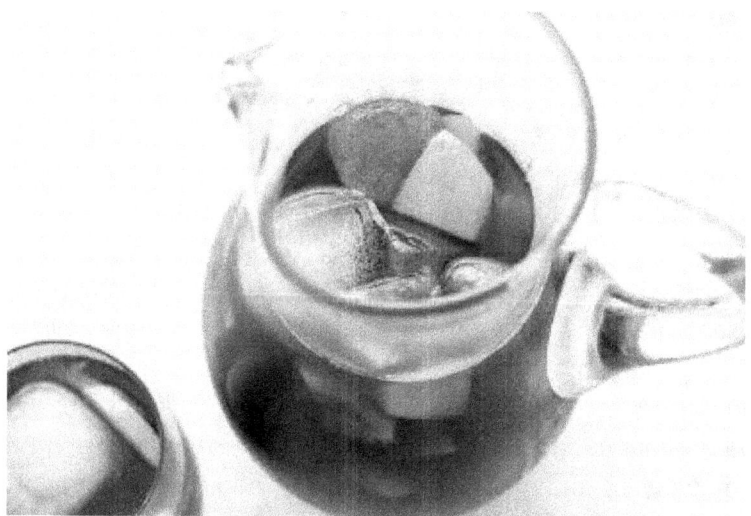

MGA INGPULAIENTS:
- 1 orange, hiniwa
- 2 limon, hiniwa
- 1/2 tasa ng asukal
- 2 bote ng pula wine
- 2 ounces triple sec
- 1/2 tasa ng brandy
- 2 (12-onsa) na lata ng limon-lime soda

MGA TAGUBILIN:
a) Sa isang malaking punch mangkok, hiwain ang orange at limon sa 1/8-pulgadang makapal na hiwa.
b) Magdagdag ng 1/2 tasa ng asukal (o mas kaunti kung ninanais) at hayaang magbabad ang prutas sa asukal nang humigit-kumulang 10 mikulay ng nuweso, sapat lang ang haba para dumaloy ang natural na katas ng prutas.
c) Idagdag ang alak at haluing mabuti para matunaw ang asukal.
d) Haluin ang triple sec at brandy.
e) Magdagdag ng 2 lata ng soda at pukawin
f) Magdagdag ng higit pang asukal o soda kung ninanais. Suriin upang makita kung ang asukal ay ganap na natunaw.
g) Upang ganap na palamigin ang punch mangkok, magdagdag ng malaking halaga ng yelo.
h) Kung naghahain ka ng sangria sa mga pitsel, punan ang mga ito ng yelo sa kalahati at pagkatapos ay ibuhos ang sangria sa ibabaw nito.

82. Tinto ng verano

MGA INGPULAIENTS:
- 3 hanggang 4 na ice cubes
- 1/2 tasa ng pula wine
- 1/2 tasa ng limon-lime soda
- Hiwa ng limon, para sa ngkorasyon

MGA TAGUBILIN:
a) Sa isang mataas na baso, ilagay ang mga ice cube.
b) Ihagis ang pula wine at soda.
c) Ihain na may kasamang limon slice bilang palamuti.

83. Puti Wine Sangria

MGA INGPULAIENTS:
- 3 katamtamang dalupainan o 1 tasa ng orange juice
- 1 limon, gupitin sa wedges
- 1 kalamansi, gupitin sa mga wedges
- 1 bote ng puting alak, pinalamig
- 2 ounces brandy, opsyonal
- 2/3 tasa puting asukal
- 2 tasang club soda, o ginger ale

MGA TAGUBILIN:
a) Sa isang pitsel, pisilin ang juice mula sa citrus wedges.
b) Alisin ang mga buto at ihagis sa wedges kung maaari. Punan ang pitsel ng orange juice kung sa halip ay ginagamit mo ito.
c) Ibuhos ang puting alak sa prutas sa pitsel.
d) Idagdag ang brandy at asukal, kung gagamitin. Upang matiyak na ang lahat ng asukal ay natunaw, pukawin nang masigla.
e) Panatilihin itong palamigan kung hindi ihain kaagad.
f) Upang panatilihing kumikinang ang sangria, idagdag ang ginger ale o club soda bago ihain.

84. Horchata

MGA INGPULAIENTS:
- 1 tasang mahabang butil na puting bigas
- 1 cinnamon stick, nasira
- 1 kutsarita ng lime zest
- 5 tasang inuming tubig (hinati)
- 1/2 tasa ng butil na asukal

MGA TAGUBILIN:
a) I-pulverize ang bigas sa isang blenngr hanggang sa umabot sa isang floury kasamasistency.
b) Ihagis ito gamit ang cinnamon stick at lime zest, at hayaan itong magpahinga sa isang lalagyan ng airtight sa temperatura ng kuwarto magdamag.
c) Ibalik ang pinaghalong bigas sa blenngr at iproseso hanggang sa tuluyang masira ang mga piraso ng cinnamon stick.
d) Haluin ang 2 tasa ng tubig sa pinaghalong.
e) Ibabad ito sa refrigerator ng ilang oras.
f) Salain ang likido sa pamamagitan ng pinong salaan o ilang patong ng kesocloth sa isang pitsel o mangkok, pinipiga nang madalas upang maalis ang pinakamaraming tubig na may gatas na bigas hangga't maaari.
g) Haluin ang 3 tasa ng tubig at ang asukal hanggang sa tuluyang matunaw ang asukal.
h) Palamigin ang horchata bago ihain.

85. Licor 43 Cuba Libre

MGA INGPULAIENTS:
- 1 onsa alak 43
- 1/2 onsa ng rum
- 8 onsa ng cola
- 1/2 onsa limon juice
- Hiwa ng limon, para sa ngkorasyon

MGA TAGUBILIN:
a) Ilagay ang mga ice cube sa isang 12-onsa na baso.
b) Ipasok ang Licor 43 at rum sa baso; top ngf sa cola.
c) Pisilin ang limon juice sa baso; Haluin upang pagsamahin; at ihain kasama ng isang hiwa ng limon bilang isang palamuti.
d) Enjoy!

86. Prutas na Sariwang tubig

MGA INGPULAIENTS:
- 4 tasang inuming tubig
- 2 tasang sariwang prutas
- 1/4 tasa ng asukal
- 2 kutsarita ng sariwang kinatas na katas ng kalamansi
- lime wedges para sa ngkorasyon
- yelo

MGA TAGUBILIN:
a) Pagsamahin ang tubig, asukal, at prutas sa isang blenngr.
b) Pure hanggang sa ganap na makinis. Punan ang isang pitsel o lalagyan ng paghahatid sa kalahati ng pinaghalong.
c) Idagdag ang katas ng kalamansi at haluin upang pagsamahin. Kung kinakailangan, magdagdag ng higit pang asukal pagkatapos matikman.
d) Ihain kasama ng kalso ng limon o kalamansi bilang palamuti.
e) Kung ninanais, ihain sa ibabaw ng yelo.

87. Caipirinha

MGA INGPULAIENTS:
- 1/2 kalamansi
- 1 1/2 kutsarita ng superfine na asukal
- 2 ounces cachaça/Alak ng Tubo
- Lime wheel, para sa ngkorasyon

MGA TAGUBILIN:
a) Gupitin ang kalahating kalamansi sa maliliit na wedges gamit ang kutsilyo.
b) Pagsamahin ang kalamansi at asukal sa isang lumang baso.
c) Idagdag ang cachaça sa inumin at haluing mabuti.
d) Magdagdag ng maliliit na ice cubes o basag na yelo sa baso, haluin muli, pagkatapos ay palamutihan ng lime wheel.

88. Carajillo

MGA INGPULAIENTS:
- ½ tasang brewed espresso o ngcaf espresso
- 1 ½ hanggang 2 onsa Anis 43
- 8 ice cubes

MGA TAGUBILIN:
a) Ibuhos ang 12 hanggang 2 ounces ng Licor 43 sa yelo sa isang Old Fashioned na baso.
b) Sandok ng bagong brewed espresso sa ibabaw ng dahan-dahan.
c) Ibuhos ang espresso sa likod ng kutsara upang lumikha ng tiepula effect, pagkatapos ay ihain.

89. Limon Liqueur

MGA INGPULAIENTS:
- Mas gusto ang 10 limon na organic
- 4 na tasa ng vodka na may mataas na kalidad tulad ng Gray Goose
- 3 ½ tasa ng tubig
- 2 ½ tasa ng butil na asukal

MGA TAGUBILIN:
a) Hugasan ang mga limon gamit ang isang brush ng gulay at mainit na tubig upang alisin ang anumang nalalabi ng mga pestisidyo o waks. Patuyuin ang mga limon.
b) Alisin ang alisan ng balat mula sa mga limon sa mahahabang piraso na may isang pagbabalat ng gulay, gamit lamang ang dilaw na panlabas na bahagi ng balat. Ang ubod, na siyang puting bahagi sa ilalim ng balat, ay lubhang mapait. Panatilihin ang mga limon na gagamitin sa ibang ulam.
c) Sa isang malaking garapon o pitsel, ibuhos ang vodka.
d) Ihagis ang mga balat ng limon sa malaking garapon o pitsel at takpan ng takip o plastic balutin.
e) Ilagay ang limon peels sa vodka sa temperatura ng kuwarto sa loob ng 10 araw.
f) Pagkatapos ng 10 araw, ilagay ang tubig at asukal sa isang malaking kasirola sa katamtamang init at pakuluan, mga 5 - 7 mikulay ng nuweso. Hayaang lumamig nang lubusan.
g) Alisin ang syrup mula sa apoy at itabi ito upang palamig bago ito pagsamahin sa Limoncello mixture ng limon peels at vodka. Punan ang pinaghalong limon/vodka sa kalahati ng sugar syrup.
h) Gamit ang isang mesh strainer, isang cngfee filter, o kesocloth, salain ang limoncello.
i) Ihagis ang mga balat. Gamit ang isang maliit na funnel, ilipat sa mga bote na may istilong pampalamuti.
j) Palamigin ang mga bote hanggang sa tuluyang lumamig.

90. Sgroppino

MGA INGPULAIENTS:
- 4 oz na vodka
- 8 oz Prosecco
- 1 batch ng limon sorbet
- Opsyonal na mga Palamuti
- limon zest
- limon wedges
- limon twist
- sariwang dahon ng mint
- sariwang dahon ng basil

MGA TAGUBILIN:
a) Sa isang blenngr, pagsamahin ang unang tatlong sangkap .
b) Iproseso hanggang makinis at timpla.
c) Ihain sa champagne flute o mga baso ng alak.

91. Aperol Spritz

MGA INGPULAIENTS:
- 3 ounces prosecco
- 2 onsa Aperol
- 1 onsa club soda
- Palamuti: orange slice

MGA TAGUBILIN:
a) Sa isang baso ng alak na puno ng yelo, haluin ang prosecco, Aperol, at club soda.
b) Magdagdag ng orange slice bilang palamuti.

92. Gingermore

MGA INGPULAIENTS:
- 1 oz katas ng kalamansi
- 2 maliit na hiwa sariwang luya
- 4 na blackberry
- Sanpellegrino Limonata

MGA TAGUBILIN:
a) Gulungin ang mga blackberry at sariwang luya sa ilalim ng isang matibay, matataas na baso (14 oz na kapasidad).
b) Ipasok ang mga ice cube sa baso at itaas na may Sanpellegrino Limonata.
c) Gamit ang isang bar spoon, dahan-dahang pagsamahin ang mga sangkap .
d) Magdagdag ng balat ng limon, blackberry, at sariwang mint para sa ngkorasyon.

93. Hugo

MGA INGPULAIENTS:
- 15 cl Prosecco, pinalamig
- 2 cl elngrberry syrup , o limon balm syrup
- ilang dahon ng mint
- 1 bagong lamutak na limon juice, o lime juice
- 3 ice cubes
- shot sparkling mineral water, o soda water
- hiwain ang limon, o dayap para sa ngkorasyon ng baso o bilang isang palamuti

MGA TAGUBILIN:

a) Ilagay ang ice cubes, ang syrup at ang dahon ng mint sa isang pula wine glass. Inirerekumenda kong bahagyang tapikin ang mga dahon ng mint nang maaga dahil ito ay magpapagana sa aroma ng damo.

b) Ibuhos ang sariwang kinatas na limon o katas ng dayap sa baso. Maglagay ng slice ng limon o kalamansi sa baso at magdagdag ng malamig na Prosecco.

c) Pagkatapos ng ilang sandali, magdagdag ng isang splash ng sparkling mineral water.

94. Espanyol sariwang prutas frappé

MGA INGPULAIENTS:
- 1 tasa Pakwan , diced
- 1 tasa Cantaloupe , nakakubo
- 1 tasa Pinya , diced
- 1 tasa Mga mangga , hiniwa
- 1 tasa Mga strawberry , hinati
- 1 tasa katas ng kahel
- ¼ tasa Asukal

MGA TAGUBILIN:
a) Pagsamahin ang lahat ng mga sangkap sa isang mangkok ng paghahalo. Punan ang blenngr sa kalahati ng mga nilalaman at itaas ito ng basag na yelo.
b) Takpan at pagsamahin sa mataas na bilis hanggang sa makakuha ka ng pare-parehong pagkakapare-pareho. Rep with the rest ng the mixture.
c) Ihain kaagad, na may sariwang prutas sa gilid kung ninanais.

95. Espanyol-style na mainit na tsokolate

MGA INGPULAIENTS:
- ½ libra Sweet Bakers Tsokolate
- 1 quart Gatas; (o 1/2 Milk half Water)
- 2 kutsarita Galing ng mais

MGA TAGUBILIN:
a) Hatiin ang tsokolate sa maliliit na piraso at pagsamahin ito sa gatas sa isang palayok.
b) Painitin nang dahan-dahan, patuloy na pagpapakilos gamit ang isang whisk, hanggang ang timpla ay umabot lamang sa ibaba ng kumukulo.
c) Gamit ang ilang kutsarita ng tubig, i-dissolve ang maisstarch.
d) Ihalo ang natunaw na gawgaw sa pinaghalong tsokolate hanggang sa lumapot ang likido.
e) Ihain kaagad sa mainit na baso.

96. Berde Chinotto

MGA INGPULAIENTS:
- 1 oz/3 cl sage at mint syrup
- ¾ oz/2.5 cl katas ng kalamansi
- Mag-top up gamit ang Sanpellegrino Chinotto

MGA TAGUBILIN:
a) Ibuhos ang lahat ng syrup at juice sa isang malaking, matibay na baso.
b) Gamit ang isang bar spoon, maingat na paghaluin ang lahat.
c) Magdagdag ng yelo sa baso at sabukulay ng nuwesan ng Sanpellegrino Chinotto.
d) Ihain na may kasamang lime segment at sariwang mint bilang palamuti.

97. Rose Spritz

MGA INGPULAIENTS:
- 2 ounces rose Aperitivo o rose liqueur
- 6 ounces Prosecco o sparkling na alak
- 2 ounces soda
- Hiwa ng suha para palamuti

MGA TAGUBILIN:
a) Sa isang cocktail shaker, pagsamahin ang 1 bahagi ng rosas na Aperitivo, 3 bahagi ng Prosecco, at 1 bahagi ng soda.
b) Kalugin nang malakas at salain sa isang baso ng cocktail.
c) Magdagdag ng dinurog na yelo o ice cubes.
d) Magdagdag ng isang grapefruit slice bilang isang palamuti. Uminom sa lalong madaling panahon.

98. Matamis bee cortado

MGA INGPULAIENTS:
- 2 shot ng espresso
- 60 ML ng steamed milk
- 0.7 ML ng vanilla syrup
- 0.7 ml matamis syrup

MGA TAGUBILIN:
a) Gumawa ng double espresso shot.
b) Pakuluan ang gatas.
c) Ihagis ang kape na may vanilla at matamis syrup at haluing mabuti.
d) Foam ng manipis na layer sa ibabaw ng pinaghalong kape/syrup sa pamamagitan ng pagdaragdag ng pantay na bahagi ng gatas.

99. Mga mapait na sitrus

MGA INGPULAIENTS:
- 4 na dalupainan mas mabuti ang organic
- 3 Tbsp. star anise
- 1 Tbsp. mga clove
- 1 Tbsp. berngng cardamom pods
- 1 Tbsp. ugat ng gentian
- 2 tasa ng vodka o iba pang matapang na alkohol

MGA TAGUBILIN:

a) Sa isang glass jar, idagdag ang pinatuyong orange zest/peels, ang iba pang pampalasa, at ang gentian root. Upang alisan ng takip ang mga buto sa loob ng mga cardamom pod, durugin ang mga ito.

b) Gamit ang isang malakas na patunay na alkohol na iyong pinili, ganap na takpan ang mga balat ng orange at pampalasa.

c) Iling ang pinaghalong may alkohol para sa susunod na mga araw. Maglaan ng maraming araw hanggang linggo para sa mga balat ng orange at pampalasa na tumagos sa alkohol.

d) Mula sa lasa na ng alak na tincture, salain ang mga balat at pampalasa.

100. Pisco Sour

MGA INGPULAIENTS:
- 2 oz pisco
- 1 oz simpleng syrup
- ¾ oz key lime juice
- 1 puti ng itlog
- 2-3 gitling Angostura bitters

MGA TAGUBILIN:
a) Paghaluin ang pisco, lime juice, simpleng syrup, at puti ng itlog sa isang cocktail shaker.
b) Magdagdag ng yelo at agresibong iling.
c) Salain sa isang vintage glass.
d) Itaas ang foam na may ilang gitling ng Angostura bitters.

KONGKLUSYON

Sa pagtatapos ng aming paglalakbay sa pagluluto sa lupain ng isang libong tanawin, inaasahan kong naihatid ka ng cookbook na ito sa mga baybayin na basang-araw, mataong mga pamilihan, at magagandang nayon ng Andalucía. Sa pamamagitan ng 100 tunay na resipe na ito, ipinagdiwang namin ang makulay na lasa, masaganang tradisyon, at mainit na mabuting pakikitungo na tumutukoy sa lutuing Andalusian.

Ipinaaabot ko ang aking taos-pusong pasasalamat sa iyo para sa pagsama sa akin sa gastronomic adventure na ito. Ang iyong sigasig sa paggalugad sa mga lasa ng Andalucía ay ginawang tunay na espesyal ang paglalakbay na ito. Nawa'y ang mga resipe na natuklasan mo sa cookbook na ito ay magbigay-inspirasyon sa iyo na lumikha ng di-malilimutang mga karanasan sa kainan na kumukuha ng esensya ng lutuing Andalusian at nagdudulot ng kagalakan sa iyong mesa.

Habang patuloy mong ginalugad ang mga culinary nglight ng Andalucía, nawa'y ang bawat ulam na ihahanda mo ay maging isang pagpupugay sa mayamang pamana ng kultura at mga tradisyon sa pagluluto ng kamangha-manghang rehiyong ito. Tumikim ka man ng mangkok ng gazpacho sa isang mainit na araw ng tag-araw, nag-e-enjoy ng tapas kasama ang mga kaibigan, o nagpapakasawa sa masaganang nilaga sa malamig na gabi, nawa'y dalhin ka ng mga lasa ng Andalucía sa isang lugar ng init, kagalakan, at kasiyahan sa pagluluto.

Salamat muli sa pagpapahintulot sa akin na maging bahagi ng iyong paglalakbay sa pagluluto sa Andalucía. Hanggang sa muli nating pagkikita, nawa'y mapuno ang iyong kusina ng makulay na lasa, aroma, at alaala ng magandang rehiyong ito. ¡ Good luck at magkita-kita tayo mamaya!

www.ingramcontent.com/pod-product-compliance
Lightning Source LLC
Chambersburg PA
CBHW071832110526
44591CB00011B/1301